ANG KATANGAHAN PIE COOKBOOK

100 SAVORY, HERBED, FRUITY AT SPICY PIES NA GAGAWIN SA BAHAY

Laura Carrasco

TALAAN NG MGA NILALAMAN

KONKLUSYON   **261**

PANIMULA

Mula sa mga klasiko tulad ng apple pie hanggang sa mga bagong paborito tulad ng mocha silk pie, ang listahang ito ng pinakamagagandang recipe ng pie ay may para sa lahat. Mayroong kahit na walang-bake na mga opsyon para sa mga hindi gaanong mahilig sa pagluluto. Siyempre, para sa marami sa mga recipe na ito, maaari kang pumili mula sa isang press-in cookie crust, all-butter pie crust, o puff pastry. At kapag nabigo ang lahat, kunin lang ang isang crust na binili sa tindahan. Walang mali sa isang shortcut na binili sa tindahan, at makakatipid ka ng maraming oras kapag gumagawa ng lemon meringue pie! Ngunit kahit na anong recipe ng pie ang pipiliin mo, huwag kalimutang hiwain ang mga scoop ng ice cream o whipped cream para sa topping!

BASE RECIPES

1. Pie mumo

GUMAWA NG MGA 350 G (2¾ CUPS)

MGA INGREDIENTS:

1. 240 g harina [1½ tasa]
2. 18 g asukal [2 kutsara]
3. 3 g kosher salt [¾ kutsarita]
4. 115 g mantikilya, natunaw [8 kutsara (1 stick)]
5. 20 g tubig [1½ kutsara]

Mga direksyon

a) Painitin ang oven sa 350°F.
b) Pagsamahin ang harina, asukal, at asin sa mangkok ng isang stand mixer na nilagyan ng paddle attachment at magtampisaw sa mababang bilis hanggang sa maayos na halo.
c) Idagdag ang mantikilya at tubig at magtampisaw sa mababang bilis hanggang sa magsimulang magsama-sama ang timpla sa maliliit na kumpol.
d) Ikalat ang mga kumpol sa isang parchment- o Silpat-lined sheet pan. Maghurno para sa 25 minuto, paghiwa-hiwalayin ang mga ito paminsan-minsan. Ang mga mumo ay dapat na ginintuang kayumanggi at bahagyang mamasa-masa sa pagpindot sa puntong iyon; sila ay matutuyo at tumigas habang sila ay lumalamig.
e) Hayaang lumamig nang lubusan ang mga mumo bago gamitin.

2. Pie crumb frosting

GUMAWA NG MGA 220 G (¾ CUP), O SAPAT PARA SA 2 APPLE PIE LAYER CAKE

MGA INGREDIENTS:

- ½ paghahatid ng Pie Crumb
- 110 g ng gatas [½ tasa]
- 2 g kosher salt [½ kutsarita]
- 40 g mantikilya, sa temperatura ng silid [3 kutsara]
- 40 g ng asukal sa mga confectioner [¼ tasa]

Mga direksyon

a) Pagsamahin ang mga mumo ng pie, gatas, at asin sa isang blender, i-on ang bilis sa medium-high, at katas hanggang makinis at homogenous. Aabutin ito ng 1 hanggang 3 minuto (depende sa awesomeness ng iyong blender). Kung ang timpla ay hindi sumakop sa iyong blade ng blender, patayin ang blender, kumuha ng isang maliit na kutsarita, at kaskasin ang mga gilid ng canister, na naaalalang kiskisan sa ilalim ng talim, pagkatapos ay subukang muli.

b) Pagsamahin ang mantikilya at asukal sa mga confectioner sa mangkok ng isang stand mixer na nilagyan ng paddle attachment at cream nang magkasama sa medium-high sa loob ng 2 hanggang 3 minuto, hanggang sa malambot at maputlang dilaw. Kuskusin ang mga gilid ng mangkok gamit ang isang spatula.

c) Sa mababang bilis, magtampisaw sa mga nilalaman ng blender. Pagkatapos ng 1 minuto, i-crank ang bilis hanggang sa katamtaman ang taas at hayaan siyang mapunit ng isa pang 2 minuto. Kuskusin ang mga gilid ng mangkok. Kung ang timpla ay hindi pare-pareho, napakaputla, halos walang kulay na kulay, bigyan ang mangkok ng isa pang scrape-down at isa pang minuto ng high-speed paddling.

d) Gamitin kaagad ang frosting, o itago ito sa lalagyan ng airtight sa refrigerator hanggang sa 1 linggo.

3. Chocolate crust

GUMAGAWA NG 1 (10-INCH) PIE CRUST

MGA INGREDIENTS:

- ¾ paghahatid ng Chocolate Crumb [260 g (1¾ tasa)]
- 8 g asukal [2 kutsarita]
- 0.5 g kosher salt [⅛ kutsarita]
- 14 g mantikilya, natunaw, o kung kinakailangan [1 kutsara]

Mga direksyon

a) I-pulse ang mga mumo ng tsokolate sa isang food processor hanggang sa mabuhangin ang mga ito at walang matitirang malalaking kumpol.

b) Ilipat ang buhangin sa isang mangkok at, gamit ang iyong mga kamay, ihagis ang asukal at asin. Idagdag ang natunaw na mantikilya at masahin ito sa buhangin hanggang sa ito ay sapat na basa upang masahin ang isang bola. Kung ito ay hindi sapat na basa upang gawin ito, tunawin ang karagdagang 14 g (1 kutsara) mantikilya at masahin ito.

c) Ilipat ang pinaghalong sa isang 10-pulgadang pie tin. Gamit ang iyong mga daliri at palad ng iyong mga kamay, pindutin nang mahigpit ang chocolate crust sa lata, siguraduhin na ang ilalim at gilid ng pie tin ay pantay na natatakpan. Nakabalot sa plastic wrap, ang crust ay maaaring itago sa room temp hanggang 5 araw o sa refrigerator sa loob ng 2 linggo.

4. Mababang -Fat Pie Crust

MGA INGREDIENTS:
- ⅓ tasa (80 ml) langis ng canola
- 1⅓ tasa (160 g) na harina
- 2 kutsara (30 ml) malamig na tubig

Mga direksyon
a) Magdagdag ng mantika sa harina at haluing mabuti sa isang tinidor. Budburan ng tubig at haluing mabuti. Gamit ang iyong mga kamay, pindutin ang kuwarta sa isang bola at patagin. Roll sa pagitan ng dalawang piraso ng waxed paper.
b) Alisin ang tuktok na piraso ng waxed paper, baligtarin sa ibabaw ng pie plate, at alisin ang isa pang piraso ng waxed paper. Pindutin sa lugar.
c) Para sa mga pie na hindi nangangailangan ng inihurnong pagpuno, maghurno sa 400°F (200°C, o gas mark 6) sa loob ng 12 hanggang 15 minuto, o hanggang sa bahagyang kayumanggi.

5. Graham crust

GUMAWA NG MGA 340 G (2 CUPS)

MGA INGREDIENTS:
- 190 g graham cracker crumb1½ tasa]
- 20 g gatas na pulbos [¼ tasa]
- 25 g asukal [2 kutsara]
- 3 g kosher salt [¾ kutsarita]
- 55 g mantikilya, natunaw, o kung kinakailangan [4 na kutsara (½ stick)]
- 55 g mabigat na cream [¼ tasa]

Mga direksyon

a) Ihagis ang mga mumo ng graham, gatas na pulbos, asukal, at asin gamit ang iyong mga kamay sa isang medium na mangkok upang pantay na ipamahagi ang iyong mga tuyong sangkap.

b) Pagsamahin ang mantikilya at mabigat na cream.

c) Idagdag sa mga tuyong sangkap at ihagis muli upang pantay-pantay na ipamahagi.

d) Ang mantikilya ay magsisilbing pandikit, na dumidikit sa mga tuyong sangkap at ginagawang isang bungkos ng maliliit na kumpol ang pinaghalong. Ang timpla ay dapat na hawakan ang hugis nito kung mahigpit na pinipiga sa iyong palad. Kung hindi sapat ang basa para gawin ito, tunawin ang karagdagang 14 hanggang 25 g (1 hanggang 1½ kutsara) mantikilya at ihalo ito.

6. Inang kuwarta

KUMITA NG 850 G (2 POUNDS)

MGA INGREDIENTS:
- 550 g harina [3½ tasa]
- 12 g kosher salt [1 kutsara]
- 3.5 g aktibong dry yeast [½ pakete o 1⅛ kutsarita]
- 370 g ng tubig, sa temperatura ng silid [1¾ tasa]

Mga direksyon
a) Pagsamahin para makagawa ng kuwarta

CREAM PIES

7. Mini Strawberry at Cream Pie

Gumagawa: 2 Servings

MGA INGREDIENTS:
- 3 tablespoons ng cream, mabigat
- 1 itlog puti, para sa pagsipilyo
- 1 Pie Dough
- 2 kutsarang almendras
- 1 tasa ng strawberry, hiniwa

MGA TAGUBILIN:
a) Patag ang kuwarta at gupitin ito sa 3 pulgadang bilog.
b) Ika at ang mga strawberry, almond, at cream sa gitna ng kuwarta.
c) I-brush ang mga gilid ng puti ng itlog at lagyan ng isa pang kuwarta.
d) Pindutin ang mga gilid gamit ang tinidor.
e) Air fry sa 360 degrees sa loob ng 10 minuto.

8. Chocolate Cream Pie

Gumagawa: 7 Servings

MGA INGREDIENTS:
PECAN PIE CRUST (GUMAWA NG 1 PIE CRUST):
- 1 tasang all-purpose na harina
- 1 tasa ng pinong tinadtad na pecan
- 4 na onsa ng tinunaw na mantikilya

CUSTARD FILLING (GUMAWA NG 1 PIE FILLING):
- 1 tasang buong gatas
- 1 tasa kalahati-at-kalahati
- 1 tasa ng butil na asukal
- ¼ tasa ng gawgaw
- 3 pula ng itlog
- 1 buong itlog
- 1 tasa Ghirardelli 60% cocoa chocolate chips
- 1 kutsarang vanilla extract

CREAM CHEESE FILLING:
- 1 tasang mabigat na whipping cream
- 8 onsa ng cream cheese
- 1 tasang may pulbos na asukal

WHIPPED TOPPING:
- 2 tasang mabigat na whipping cream
- ½ tasang may pulbos na asukal

ASSEMBLY:
- Inihanda at pinalamig na pie crust
- ¾ tasa ng cream cheese fill
- Inihanda at pinalamig na custard
- Whipped topping
- Humigit-kumulang 2 kutsara ng tinadtad na Ghirardelli 60% cocoa chocolate chips

MGA TAGUBILIN:
PARA SA PECAN PIE CRUST
a) Pagsamahin ang lahat ng mga sangkap gamit ang iyong mga kamay.

b) Pindutin sa isang 9-inch-high wall pie pan. Siguraduhing pindutin nang pantay-pantay ang buong pie plate na nagbibigay ng partikular na atensyon sa kapal ng mga sulok. Dapat walang basag.

c) Maghurno ng crust sa 375 degrees para sa humigit-kumulang 15 minuto upang suriin ang pagiging handa sa 10 minuto.

d) Palamigin sa isang baking rack nang hindi bababa sa 45 minuto.

PARA SA CUSTARD FILLING

e) Gamit ang isang kasirola, pagsamahin ang gatas at kalahati at kalahati. Painitin nang mahina hanggang sa maging mainit ito, mag-ingat na huwag mapaso ang gatas.

f) Sa isang hiwalay na mangkok, haluin ang asukal at cornstarch nang magkasama. Kapag pinagsama, ilagay ang pula ng itlog at buong itlog sa pinaghalong cornstarch.

g) Palamigin ang pinainit na gatas/half-and-half mixture sa pinaghalong itlog.

h) Ibuhos ang pinagsamang **MGA INGREDIENTS:** sa parehong kasirola, at ibalik sa init sa medium whisking sa buong oras. HUWAG lumayo – ituloy ang paghagupit.

i) Kapag ang timpla ay lumapot sa pagiging pare-pareho ng puding, alisin ito mula sa apoy. Huling magdagdag ng vanilla.

j) Ilagay ang mga chocolate chips sa isang 2-quart na lalagyan. Microwave sa pagitan ng 30 segundo, hinahalo sa pagitan ng mga pagitan, hanggang sa matunaw. Magdagdag ng tinunaw na tsokolate sa custard hanggang sa maayos na pinagsama.

k) Takpan ng plastic wrap upang maiwasan ang pagbuo ng balat. Palamigin nang hindi bababa sa 45 minuto hanggang lumamig.

CREAM CHEESE FILLING:

l) Gamit ang stand mixer, hagupitin ang mabigat na cream hanggang sa tumigas. Itabi.

m) Gamit ang stand mixer, paghaluin ang cream cheese hanggang lumambot. Dahan-dahang idagdag ang powdered sugar sa cream cheese, at ihalo hanggang makinis.

n) Idagdag ang whipped cream sa pinaghalong cream cheese. Haluin hanggang sa maayos na pinagsama.

WHIPPED TOPPING:

o) Gamit ang stand mixer, hagupitin ang mabigat na cream hanggang sa medium peak.
p) Magdagdag ng asukal at ipagpatuloy ang paghagupit hanggang sa mabuo ang stiff peak. HUWAG mag-over-whip.

ASSEMBLY:

q) Ikalat ang cream cheese filling nang pantay-pantay sa ilalim ng pie crust.
r) Takpan ang cream cheese fill na may inihanda at pinalamig na custard filling.
s) Takpan ang pie na may whipped topping.
t) Budburan ng tinadtad na chocolate chips.

9. Banana Cream Pie

Gumagawa: 7 Servings

MGA INGREDIENTS:
PECAN PIE CRUST (GUMAWA NG 1 PIE CRUST):
- 1 tasang all-purpose na harina
- 1 tasa ng pinong tinadtad na pecan
- 4 na onsa ng tinunaw na mantikilya

CUSTARD FILLING (GUMAWA NG 1 PIE FILLING):
- 1 tasang buong gatas
- 1 tasa kalahati-at-kalahati
- 1 tasa ng butil na asukal
- ¼ tasa ng gawgaw
- 3 pula ng itlog
- 1 buong itlog
- 1 kutsarang vanilla extract

CREAM CHEESE FILLING:
- 1 tasang mabigat na whipping cream
- 8 onsa ng cream cheese
- 1 tasang may pulbos na asukal

WHIPPED TOPPING:
- 2 tasang mabigat na whipping cream
- ½ tasang may pulbos na asukal

ASSEMBLY:
- Inihanda at pinalamig na pie crust
- ¾ tasa ng cream cheese fill
- 2 saging na hiniwa sa bias
- Inihanda at pinalamig na custard
- Whipped topping
- Humigit-kumulang 2 kutsara ng tinadtad na pecan

MGA TAGUBILIN:
PECAN PIE CRUST:
a) Pagsamahin ang lahat ng mga sangkap gamit ang iyong mga kamay.
b) Pindutin sa isang 9-inch-high wall pie pan. Siguraduhing pindutin nang pantay-pantay ang buong pie plate na nagbibigay

ng partikular na atensyon sa kapal ng mga sulok. Dapat walang basag.

c) Maghurno ng crust sa 375 degrees para sa humigit-kumulang 15 minuto upang suriin ang pagiging handa sa 10 minuto.

d) Palamigin sa isang baking rack nang hindi bababa sa 45 minuto.

CUSTARD FILLING:

e) Gamit ang isang kasirola, pagsamahin ang gatas at kalahati at kalahati. Painitin nang mahina hanggang sa maging mainit ito, mag-ingat na huwag mapaso ang gatas.

f) Sa isang hiwalay na mangkok, haluin ang asukal at cornstarch nang magkasama. Kapag pinagsama, ilagay ang pula ng itlog at buong itlog sa pinaghalong cornstarch.

g) Palamigin ang pinainit na gatas/half-and-half mixture sa pinaghalong itlog.

h) Ibuhos ang pinagsamang **MGA INGREDIENTS:** sa parehong kasirola, at ibalik sa init sa medium whisking sa buong oras. HUWAG lumayo – ituloy ang paghagupit.

i) Kapag ang timpla ay lumapot sa pagiging pare-pareho ng puding, alisin ito mula sa apoy. Huling magdagdag ng vanilla.

j) Takpan ng plastic wrap upang maiwasan ang pagbuo ng balat. Palamigin nang hindi bababa sa 45 minuto hanggang lumamig.

CREAM CHEESE FILLING:

k) Gamit ang stand mixer, hagupitin ang mabigat na cream hanggang sa tumigas. Itabi.

l) Gamit ang stand mixer, paghaluin ang cream cheese hanggang lumambot. Dahan-dahang idagdag ang powdered sugar sa cream cheese, at ihalo hanggang makinis.

m) Idagdag ang whipped cream sa pinaghalong cream cheese. Haluin hanggang sa maayos na pinagsama.

WHIPPED TOPPING:

n) Gamit ang stand mixer, hagupitin ang mabigat na cream hanggang sa medium peak.

o) Magdagdag ng asukal at ipagpatuloy ang paghagupit hanggang sa mabuo ang stiff peak. HUWAG mag-over-whip.

ASSEMBLY:

p) Ikalat ang cream cheese filling nang pantay-pantay sa ilalim ng pie crust.
q) Ilagay ang iyong bias-cut na saging sa ibabaw ng cream cheese filling.
r) Takpan ang mga saging na may inihanda at pinalamig na custard filling.
s) Takpan ang pie na may whipped topping at tinadtad na pecans.

10.   cereal milk ice cream pie

MGA INGREDIENTS:
- ½ serving ng Cornflake Crunch [180 g (2 tasa)]
- 25 g mantikilya, natunaw [2 kutsara]
- 1 serving ng Cereal Milk Ice Cream

Mga direksyon

a) Gamit ang iyong mga kamay, durugin ang mga cornflake crunch cluster sa kalahati ng kanilang laki.

b) Ihagis ang tinunaw na mantikilya sa crumbled cornflake crunch, haluing mabuti. Gamit ang iyong mga daliri at palad ng iyong mga kamay, pindutin nang mahigpit ang pinaghalong sa isang 10-pulgadang pie tin, siguraduhin na ang ilalim at gilid ng pie tin ay pantay na natatakpan. Nakabalot sa plastic, ang crust ay maaaring i-freeze nang hanggang 2 linggo.

c) Gumamit ng spatula upang ikalat ang ice cream sa pie shell. I-freeze ang pie nang hindi bababa sa 3 oras, o hanggang sa ang ice cream ay matigas nang husto upang ang pie ay madaling gupitin at ihain. Nakabalot sa plastic wrap, ang pie ay mananatili sa freezer ng 2 linggo.

11. PB at J pie

MGA INGREDIENTS:
- 1 serving unbaked Ritz Crunch
- 1 serving Peanut Butter Nougat
- 1 serving ng Concord Grape Sorbet
- ½ serving ng Concord Grape Sauce

Mga direksyon

a) Painitin ang oven sa 275°F.

b) Pirdutin ang Ritz crunch sa isang 10-pulgadang pie tin. Gamit ang iyong mga daliri at mga palad ng iyong mga kamay, pindutin nang husto ang langutngot, siguraduhing takpan ang ibaba at gil d nang pantay at ganap.

c) Ilagay ang lata sa isang sheet pan at maghurno ng 20 minuto. Ang Ritz crust ay dapat na bahagyang mas ginintuang kayumanggi at bahagyang mas malalim sa buttery goodness kaysa sa crunch na sinimulan mo. Palamigin nang lubusan ang Ritz crunch crust; nakabalot sa plastic, ang crust ay maaaring i-freeze ng hanggang 2 linggo.

d) Ikalat ang peanut butter nougat sa ilalim ng pie crust at pagkatapos ay dahan-dahang pindutin ito pababa upang bumuo ng flat layer. I-freeze ang layer na ito sa loob ng 30 minuto o hanggang sa malamig at matigas. I-scoop ang sorbet sa nougat at ikalat ito sa pantay na layer. Ilagay ang pie sa freezer hanggang sa matigas ang sorbet, 30 minuto hanggang 1 oras.

e) Kutsara ang Concord grape sauce sa tuktok ng pie at, gumana nang mabilis, ikalat ito nang pantay-pantay sa ibabaw ng sorbet.

f) Ibalik ang pie sa freezer hanggang sa handa nang hiwain at ihain. Nakabalot (malumanay) sa plastik, ang pie ay maaaring i-freeze nang hanggang 1 buwan.

12. Banana cream pie

MGA INGREDIENTS:
- 1 serving Banana Cream
- 1 serving ng Chocolate Crust
- 1 saging, hinog pa lang, hiniwa

cream ng saging
- 225g na saging
- 75 g heavy cream [⅓ cup]
- 55 g ng gatas [¼ tasa]
- 100 g asukal [½ tasa]
- 25 g cornstarch [2 kutsara]
- 2 g kosher salt [½ kutsarita]
- 3 pula ng itlog
- 2 gelatin sheet
- 40 g mantikilya [3 kutsara]
- 25 patak ng dilaw na pangkulay ng pagkain [½ kutsarita]
- 160 g mabigat na cream [¾ tasa]
- 160 g ng asukal sa mga confectioner [1 tasa]

Mga direksyon

a) Ibuhos ang kalahati ng banana cream sa pie shell. Takpan ito ng isang layer ng hiniwang saging, pagkatapos ay takpan ang mga saging na may natitirang banana cream. Ang pie ay dapat na naka-imbak sa refrigerator at kainin sa loob ng isang araw kapag ginawa mo ito.

b) Pagsamahin ang mga saging, cream, at gatas sa isang blender at katas hanggang sa ganap na makinis.

c) Idagdag ang asukal, cornstarch, asin, at yolks at ipagpatuloy ang paghahalo hanggang homogenous. Ibuhos ang timpla sa isang medium saucepan. Linisin ang blender canister.

d) Pamumulaklak ng gulaman.

e) Talunin ang mga nilalaman ng kawali at init sa katamtamang apoy. Habang umiinit ang pinaghalong saging, ito ay magpapakapal. Pakuluan at pagkatapos ay ipagpatuloy ang paghagupit ng masigla sa loob ng 2 minuto upang ganap na maluto ang almirol. Ang halo ay magiging katulad ng makapal na pandikit, na may hangganan sa semento, na may kulay na tumutugma.

f) Itapon ang mga nilalaman ng kawali sa blender. Idagdag ang namumulaklak na gulaman at ang mantikilya at haluin hanggang sa makinis at pantay ang timpla. Kulayan ang timpla ng dilaw na pangkulay ng pagkain hanggang sa maging maliwanag na cartoon-banana yellow.

g) Ilipat ang pinaghalong saging sa isang init--ligtas na lalagyan, at ilagay sa refrigerator sa loob ng 30 hanggang 60 minuto- hangga't kinakailangan upang ganap na lumamig.

h) Gamit ang whisk o mixer na may attachment ng whisk, hagupitin ang cream at asukal ng mga confectioner sa medium- soft peak.

i) Idagdag ang malamig na banana mixture sa whipped cream at dahan-dahang ihalo hanggang sa maging pantay ang kulay at homogenous. Naka-imbak sa isang lalagyan ng airtight, ang banana cream ay nananatiling sariwa hanggang 5 araw sa refrigerator.

13. Brownie pie

GUMAWA NG 1 (10-INCH) PIE; SERVE 8 HANGGANG 10

MGA INGREDIENTS:
- ¾ paghahatid ng Graham Crust [255 g (1½ tasa)]
- 125 g 72% na tsokolate [4½ onsa]
- 85 g mantikilya [6 na kutsara]
- 2 itlog
- 150 g asukal [¾ tasa]
- 40 g harina [¼ tasa]
- 25 g cocoa powder
- 2 g kosher salt [½ kutsarita]
- 110 g mabigat na cream [½ tasa]

Mga direksyon
a) Painitin ang oven sa 350°F.

b) Itapon ang 210 g (1¼ cup) graham crust sa isang 10-pulgadang pie tin at ilagay ang natitirang 45 g (¼ cup) sa gilid. Gamit ang iyong mga daliri at palad ng iyong mga kamay, pindutin nang mahigpit ang crust sa lata ng pie, na tinatakpan nang buo ang ilalim at gilid ng kawali. Nakabalot sa plastic, ang crust ay maaaring palamigin o i-freeze nang hanggang 2 linggo.

c) Pagsamahin ang tsokolate at mantikilya sa isang mangkok na ligtas sa microwave at dahan-dahang tunawin ang mga ito sa mababang sa loob ng 30 hanggang 50 segundo. Gumamit ng isang hindi tinatablan ng init na spatula upang pukawin ang mga ito nang sama-sama, magtrabaho hanggang sa ang timpla ay makintab at makinis.

d) Pagsamahin ang mga itlog at asukal sa mangkok ng isang stand mixer na nilagyan ng whisk attachment at hagupitin sa mataas sa loob ng 3 hanggang 4 na minuto, hanggang sa ang timpla ay malambot at maputlang dilaw at umabot sa ribbon state. (Tanggalin ang iyong whisk, isawsaw ito sa mga whipped egg, at iwagayway ito pabalik-balik tulad ng isang pendulum: ang timpla ay dapat bumuo ng isang makapal, malasutla na laso na nahuhulog at pagkatapos ay mawawala sa batter.) Kung ang timpla ay hindi bumubuo ng mga laso, magpatuloy paghagupit sa taas kung kinakailangan.

e) Pal tan ang whisk gamit ang paddle attachment. Itapon ang pinaghalong tsokolate sa mga itlog at saglit na paghaluin sa mababang, pagkatapos ay taasan ang bilis sa katamtaman at sagwan ang pinaghalong para sa 1 minuto, o hanggang sa ito ay kayumanggi at ganap na homogenous. Kung mayroong anumang mga madilim na guhitan ng tsokolate, magtampisaw nang mas mahaba ng ilang segundo, o kung kinakailangan. Kuskusin ang mga gilid ng mangkok.

f) Idagdag ang harina, cocoa powder, at asin at magtampisaw sa mababang bilis ng 45 hanggang 60 segundo. Dapat ay walang mga kumpol ng mga tuyong sangkap. Kung may mga bukol, paghaluin ng karagdagang 30 segundo. Kuskusin ang mga gilid ng mangkok.

g) I-stream ang mabibigat na cream sa mababang bilis, paghahalo ng 30 hanggang 45 segundo, hanggang sa lumuwag ng kaunti ang batter at ang mga puting guhit ng cream ay ganap na nahalo. Siskisan ang mga gilid ng mangkok.

h) Tanggalin ang sagwan at alisin ang mangkok mula sa panghalo. Dahan-dahang tiklupin ang 45 g (¼ cup) graham crust gamit ang spatula.

i) Kumuha ng isang sheet pan at ilagay ang iyong pie tin ng graham crust dito. Gamit ang isang spatula, i-scrape ang brownie batter sa graham shell. Maghurno ng 25 minuto. Ang pie ay dapat huminga nang bahagya sa mga gilid at bumuo ng isang matamis na crust sa itaas. Kung ang brownie pie ay likido pa rin sa gitna at hindi pa nabuo ang crust, i-bake ito ng karagdagang 5 minuto o higit pa.

j) Palamigin ang pie sa isang rack. (Maaari mong pabilisin ang proseso ng paglamig sa pamamagitan ng maingat na paglilipat ng pie sa refrigerator o freezer nang direkta sa labas ng oven kung nagmamadali ka.) Nakabalot sa plastic, ang pie ay mananatiling sariwa sa refrigerator hanggang sa 1 linggo o sa freezer hanggang 2 linggo.

14. Tipaklong pie

GUMAWA NG 1 (10-INCH) PIE; SERVE 8 HANGGANG 10

MGA INGREDIENTS:
- 1 serving Brownie Pie, na inihanda hanggang sa hakbang 8
- 1 serving Mint Cheesecake Filling
- 20 g mini chocolate chips [2 kutsara]
- 25 g mini marshmallow [½ tasa]
- 1 serving Mint Glaze, mainit-init

Mga direksyon

a) Painitin ang oven sa 350°F.

b) Kumuha ng isang sheet pan at ilagay ang iyong pie tin ng graham crust dito. Ibuhos ang mint cheesecake filling sa shell. Ibuhos ang brownie batter sa ibabaw nito. Gamitin ang dulo ng kutsilyo upang paikutin ang batter at mint filling, na panunukso ng mga guhit ng mint filling upang makita ang mga ito sa pamamagitan ng brownie batter.

c) Iwiwisik ang mini chocolate chips sa isang maliit na singsing sa gitna ng pie, na iniwang walang laman ang bull's-eye center. Iwiwisik ang mga mini marshmallow sa isang singsing sa paligid ng ring ng chocolate chips.

d) Maghurno ng pie sa loob ng 25 minuto. Dapat itong bumubulusok nang bahagya sa mga gilid ngunit magulo pa rin sa gitna. Ang mga mini chocolate chips ay magmumukhang nagsisimula nang matunaw, at ang mga mini marshmallow ay dapat na pantay na tanned. Iwanan ang pie sa oven para sa karagdagang 3 hanggang 4 na minuto kung hindi ito ang kaso.

e) Palamigin nang lubusan ang pie bago ito tapusin.

f) Siguraduhin na ang iyong glaze ay mainit pa rin sa pagpindot. Isawsaw ang mga butil ng tinidor sa mainit na glaze, pagkatapos ay isabit ang tinidor nang humigit-kumulang 1 pulgada sa itaas ng bull's-eye center ng pie.

g) Ilipat ang pie sa refrigerator upang ang mint glaze ay matigas bago ihain—na mangyayari sa sandaling ito ay malamig, mga 15 minuto. Nakabalot sa plastic, mananatiling sariwa ang pie sa refrigerator hanggang 1 linggo o sa freezer hanggang 2 linggo.

15. Blondie pie

GUMAWA NG 1 (10-INCH) PIE; SERVE 8 HANGGANG 10

MGA INGREDIENTS:
- ¾ paghahatid ng Graham Crust
- [255 g (1½ tasa)]
- 1 serving Blondie Pie Filling
- 1 serving Cashew Praline

PARA SA PAGPUPUNO
- 160 g puting tsokolate [5½ onsa]
- 55 g mantikilya [4 na kutsara (½ stick)]
- 2 pula ng itlog
- 40 g asukal [3 kutsara]
- 105 g mabigat na cream [½ tasa]
- 52 g harina [⅓ tasa]
- ½ serving Cashew Brittle
- 4 g kosher salt [1 kutsarita]

Mga direksyon

a) Pagsamahin ang puting tsokolate at mantikilya sa isang mangkok na ligtas sa microwave at dahan-dahang tunawin ang mga ito sa katamtaman, sa 30-segundong mga pagtaas, na hinahalo sa pagitan ng mga putok. Kapag natunaw, haluin ang timpla hanggang makinis.

b) Ilagay ang mga yolks ng itlog at asukal sa isang medium bowl at haluin hanggang makinis. Ibuhos ang pinaghalong puting tsokolate at ihalo upang pagsamahin. Dahan-dahang ibuhos ang makapal na cream at ihalo upang pagsamahin.

c) Pagsamahin ang harina, cashew brittle, at asin sa isang maliit na mangkok, pagkatapos ay maingat na tiklupin ang mga ito sa pagpuno. Gamitin kaagad, o mag-imbak sa isang lalagyan ng airtight sa refrigerator nang hanggang 2 linggo.

PARA SA PAGPUPUNO

d) Painitin ang oven sa 325°F.

e) Itapon ang graham crust sa isang 10-pulgadang pie tin. Gamit ang iyong mga daliri at palad ng iyong mga kamay, pindutin nang mahigpit ang crust sa lata ng pie, na tinatakpan nang pantay-pantay ang ibaba at gilid. Itabi habang ginagawa mo ang pagpuno. Nakabalot sa plastic, ang crust ay maaaring palamigin o i-freeze nang hanggang 2 linggo.

f) Ilagay ang pie tin sa isang sheet pan at ibuhos ang blondie pie filling. Maghurno ng pie sa loob ng 30 minuto. Ito ay magtatakda nang bahagya sa gitna at magpapadilim sa kulay. Magdagdag ng 3 hanggang 5 minuto kung hindi iyon ang kaso. Hayaang lumamig sa temperatura ng kuwarto.

g) Bago ihain, takpan ang tuktok ng pie ng cashew praline.

16. <u>Candy bar pie</u>

GUMAWA NG 1 (10-INCH) PIE; SERVE 8

MGA INGREDIENTS:
- 1 serving Salty Caramel, natunaw
- 1 serving Chocolate Crust, pinalamig
- 8 mini pretzel
- 1 serving Peanut Butter Nougat
- 45 g 55% na tsokolate [1½ onsa]
- 45 g puting tsokolate [1½ onsa]
- 20 g grapeseed oil [2 kutsara]

Mga direksyon
a) Ibuhos ang maalat na karamelo sa crust. Ibalik ito sa refrigerator upang itakda nang hindi bababa sa 4 na oras, o magdamag.
b) Painitin ang oven sa 300°F.
c) Ikalat ang mga pretzel sa isang sheet pan at i-toast sa loob ng 20 minuto. Itabi upang palamig.
d) Kunin ang pie mula sa refrigerator at takpan ng nougat ang mukha ng tumigas na karamelo. Gamitin ang mga palad ng iyong mga kamay upang pindutin at pakinisin ang nougat sa isang pantay na layer. Ibalik ang pie sa refrigerator at hayaang matigas ang nougat sa loob ng 1 oras.
e) Gumawa ng tsokolate glaze sa pamamagitan ng pagsasama-sama ng mga tsokolate at langis sa isang microwave-safe na mangkok at dahan-dahang tinutunaw ang mga ito sa daluyan sa loob ng 30 segundong mga pagtaas, na hinahalo sa pagitan ng mga putok. Kapag natunaw na ang tsokolate, haluin ang pinaghalong hanggang makinis at makintab. Gamitin ang glaze sa parehong araw, o mag-imbak sa isang lalagyan ng airtight sa temperatura ng kuwarto hanggang sa 3 linggo.
f) Tapusin ang pie na iyon: Alisin ito sa refrigerator at, gamit ang isang pastry brush, pintura ng manipis na layer ng chocolate glaze sa ibabaw ng nougat, na tinatakpan ito nang buo. (Kung tumigas ang glaze, dahan-dahang painitin ito para madaling maipinta ang pie.) Ayusin ang mga pretzel nang pantay-pantay

sa mga gilid ng pie. Gamitin ang pastry brush upang ipinta ang natitirang chocolate glaze sa isang manipis na layer sa ibabaw ng mga pretzels, na tinatakan ang kanilang pagiging bago at lasa.

g) Ilagay ang pie sa refrigerator para sa hindi bababa sa 15 minuto upang itakda ang tsokolate. Nakabalot sa plastic, ang pie ay mananatiling sariwa sa refrigerator sa loob ng 3 linggo o sa freezer hanggang sa 2 buwan; mag-defrost bago ihain.

a) Gupitin ang pie sa 8 hiwa, gamit ang mga pretzel bilang iyong gabay: ang bawat hiwa ay dapat may isang buong pretzel dito.

17. Lemon meringue–pistachio pie

GUMAWA NG 1 (10-INCH) PIE; SERVE 8 HANGGANG 10

MGA INGREDIENTS:

- 1 serving Pistachio Crunch
- 15 g puting tsokolate, natunaw [½ onsa]
- ¼ paghahatid ng Lemon Curd [305 g (1⅓ tasa)]
- 200 g asukal [1 tasa]
- 100 g tubig [½ tasa]
- 3 puti ng itlog
- ⅓ naghahain ng Lemon Curd [155 g (¼ tasa)]

Mga direksyon

a) Itapon ang pistachio crunch sa isang 10-pulgadang pie tin. Gamit ang iyong mga daliri at palad ng iyong mga kamay, pindutin nang mahigpit ang langutngot sa lata ng pie, siguraduhin na ang ilalim at mga gilid ay pantay na natatakpan. Itabi habang ginagawa mo ang pagpuno; nakabalot sa plastik, ang crust ay maaaring palamigin, hanggang sa 2 linggo.

b) Gamit ang pastry brush, magpinta ng manipis na layer ng puting tsokolate sa ibaba at pataas sa gilid ng crust. Ilagay ang crust sa freezer sa loob ng 10 minuto upang maitakda ang tsokolate.

c) Ilagay ang 305 g (1⅓ cups) lemon curd sa isang maliit na mangkok at haluin para lumuwag ito ng kaunti. I-scrape ang lemon curd sa isang crust at gamitin ang likod ng isang kutsara o isang spatula upang ikalat ito sa isang pantay na layer. Ilagay ang pie sa freezer nang mga 10 minuto upang makatulong na itakda ang layer ng lemon curd.

d) Samantala, pagsamahin ang asukal at tubig sa isang maliit na makapal na ilalim na kasirola at dahan-dahang i-slush ang asukal sa paligid sa tubig hanggang sa maramdaman itong basang buhangin. Ilagay ang kasirola sa katamtamang init at init ang pinaghalong hanggang 115°C (239°F), na sinusubaybayan ang temperatura gamit ang instant-read o candy thermometer.

e) Habang umiinit ang asukal, ilagay ang mga puti ng itlog sa mangkok ng isang stand mixer at, kasama ang whisk attachment, simulan ang paghagupit sa mga ito sa medium-soft peak.

f) Kapag ang sugar syrup ay umabot na sa 115°C (239°F), alisin ito sa apoy at maingat na ibuhos ito sa whipping egg whites, siguraduhing iwasan ang whisk: i-down ang mixer sa napakababang bilis bago mo gawin ito , maliban kung gusto mo ng ilang kawili-wiling mga marka ng paso sa iyong mukha.

g) Kapag ang lahat ng asukal ay matagumpay na naidagdag sa mga puti ng itlog, ibalik ang bilis ng mixer at hayaang mamalo ang meringue hanggang sa lumamig ito sa temperatura ng silid.

h) Habang hinahampas ang meringue, ilagay ang 155 g (¼ cup) lemon curd sa isang malaking mangkok at haluin, gamit ang isang spatula, upang lumuwag ito nang kaunti.

i) Kapag ang meringue ay lumamig sa temperatura ng silid, patayin ang panghalo, alisin ang mangkok, at tiklupin ang meringue sa lemon curd gamit ang spatula hanggang sa walang matitirang puting guhit, mag-ingat na huwag ma-deflate ang meringue.

j) Alisin ang pie sa freezer at i-scoop ang lemon meringue sa ibabaw ng lemon curd. Gamit ang isang kutsara, ikalat ang meringue sa isang pantay na layer, ganap na sumasakop sa lemon curd.

k) Ihain, o itabi ang pie sa freezer hanggang handa nang gamitin. Nakabalot nang mahigpit sa plastic wrap kapag nagyelo nang husto, mananatili ito sa freezer nang hanggang 3 linggo. Hayaang mag-defrost ang pie magdamag sa refrigerator o hindi bababa sa 3 oras sa temperatura ng kuwarto bago ihain.

18.   I-crack ang pie

GUMAWA NG 2 (10-INCH) PIES; BAWAT SERVE 8 HANGGANG 10

MGA INGREDIENTS:

- 1 serving Oat Cookie
- 15 g light brown sugar [1 kutsarang mahigpit na nakabalot]
- 1 g asin [¼ kutsarita]
- 55 g mantikilya, natunaw, o kung kinakailangan [4 na kutsara (½ stick)]
- 1 serving ng Crack Pie Filling
- asukal sa mga confectioner, para sa pag-aalis ng alikabok

PARA SA PAGPUPUNO

- 300 g granulated sugar [1½ tasa]
- 180 g light brown sugar [¾ cup tightly packed]
- 20 g gatas na pulbos [¼ tasa]
- 24 g pulbos ng mais [¼ tasa]
- 6 g kosher salt [1½ kutsarita]
- 225 g mantikilya, natunaw [16 na kutsara (2 sticks)]
- 160 g mabigat na cream [¾ tasa]
- 2 g vanilla extract [½ kutsarita]
- 8 pula ng itlog

Mga direksyon

a) Painitin ang oven sa 350°F.

b) Ilagay ang oat cookie, brown sugar, at asin sa isang food processor at i-pulso ito hanggang sa masira ang cookie sa isang basang buhangin. (Kung wala kang food processor, maaari mo itong pekein hanggang sa magawa mo ito at masigasig na durugin ang oat cookie gamit ang iyong mga kamay.)

c) Ilipat ang mga mumo sa isang mangkok, idagdag ang mantikilya, at masahin ang mantikilya at pinaghalong cookie hanggang sapat na basa upang mabuo sa isang bola. Kung hindi sapat ang basa para gawin ito, tunawin ang karagdagang 14 hanggang 25 g (1 hanggang 1½ kutsara) mantikilya at masahin ito.

d) Hatiin nang pantay-pantay ang oat crust sa pagitan ng 2 (10-pulgada) na pie tin. Gamit ang iyong mga daliri at palad ng iyong mga kamay, pindutin nang mahigpit ang oat cookie crust sa bawat pie tin, siguraduhing pantay na natatakpan ang ilalim at gilid ng lata. Gamitin kaagad ang mga pie shell, o balutin nang mabuti sa plastic at iimbak sa temperatura ng kuwarto hanggang 5 araw o sa refrigerator hanggang 2 linggo.

e) Ilagay ang parehong pie shell sa isang sheet pan. Hatiin ang pagpuno ng crack pie nang pantay-pantay sa pagitan ng mga crust; ang pagpuno ay dapat punan ang mga ito tatlong-kapat ng paraan na puno. Maghurno ng 15 minuto lamang. Ang mga pie ay dapat na ginintuang kayumanggi sa itaas ngunit magiging napaka-jiggly pa rin.

f) Buksan ang pinto ng oven at bawasan ang temperatura ng oven sa 325°F. Depende sa iyong oven, maaaring tumagal ng 5 minuto o mas matagal bago lumamig ang oven sa bagong temperatura. Itago ang mga pie sa oven sa prosesong ito. Kapag umabot na sa 325°F ang oven, isara ang pinto at i-bake ang mga pie nang 5 minuto pa. Ang mga pie ay dapat pa ring jiggly sa bull's-eye center ngunit hindi sa paligid ng mga panlabas na gilid. Kung ang pagpuno ay masyadong jiggly, iwanan ang mga pie sa oven para sa karagdagang 5 minuto o higit pa.

g) Dahan-dahang alisin ang kawali ng crack pie mula sa oven at ilipat sa isang rack upang lumamig sa temperatura ng silid. (Maaari mong pabilisin ang proseso ng paglamig sa pamamagitan ng maingat na paglilipat ng mga pie sa refrigerator o freezer kung nagmamadali ka.) Pagkatapos ay i-freeze ang iyong mga pie nang hindi bababa sa 3 oras, o magdamag, upang paikliin ang laman para sa isang siksik na huling produkto— Ang pagyeyelo ay ang signature technique at resulta ng isang perpektong naisagawa na crack pie.

h) Kung hindi ihain kaagad ang mga pie, balutin nang mabuti sa plastic wrap. Sa refrigerator, mananatili silang sariwa sa loob ng 5 araw; sa freezer, magtatago sila ng 1 month. Ilipat ang (mga) pie mula sa freezer papunta sa refrigerator upang mag-defrost ng hindi bababa sa 1 oras bago ka handa na makapasok doon.

i) Ihain ang iyong crack pie nang malamig! Palamutihan ang iyong (mga) pie ng asukal ng mga confectioner, maaaring ipasa ito sa isang pinong salaan o magpadala ng mga kurot gamit ang iyong mga daliri.

PARA SA PAGPUPUNO

j) Pagsamahin ang asukal, brown sugar, milk powder, corn powder, at asin sa mangkok ng stand mixer na nilagyan ng paddle attachment at haluin sa mababang bilis hanggang sa pantay na pinaghalo.

k) Idagdag ang tinunaw na mantikilya at magtampisaw ng 2 hanggang 3 minuto hanggang sa mamasa-masa ang lahat ng tuyong sangkap.

l) Idagdag ang mabibigat na cream at banilya at ipagpatuloy ang paghahalo nang mahina sa loob ng 2 hanggang 3 minuto hanggang ang anumang mga puting guhit mula sa cream ay garap na nawala sa pinaghalong. Kuskusin ang mga gilid ng mangkok gamit ang isang spatula.

m) Idagdag ang mga yolks ng itlog, paddling ang mga ito sa pinaghalong para lamang pagsamahin; mag-ingat na huwag magpahangin ang pinaghalong, ngunit tiyakin na ang timpla ay makintab at homogenous. Haluin sa mababang bilis hanggang sa ito ay.

n) Gamitin kaagad ang pagpuno, o iimbak ito sa isang lalagyan ng airtght sa refrigerator hanggang sa 1 linggo.

GUMAWA NG 1 (10-INCH) PIE; SERVE 8 HANGGANG 10

MGA INGREDIENTS:

- 1 serving Pistachio Crunch
- 15 g puting tsokolate, natunaw [½ onsa]
- ¼ paghahatid ng Lemon Curd [305 g (1⅓ tasa)]
- 200 g asukal [1 tasa]
- 100 g tubig [½ tasa]
- 3 puti ng itlog
- ⅓ naghahain ng Lemon Curd [155 g (¼ tasa)]

Mga direksyon

a) Itapon ang pistachio crunch sa isang 10-pulgadang pie tin. Gamit ang iyong mga daliri at palad ng iyong mga kamay, pindutin nang mahigpit ang langutngot sa lata ng pie, siguraduhin na ang ilalim at mga gilid ay pantay na natatakpan. Itabi habang ginagawa mo ang pagpuno; nakabalot sa plastik, ang crust ay maaaring palamigin, hanggang sa 2 linggo.

b) Gamit ang pastry brush, magpinta ng manipis na layer ng puting tsokolate sa ibaba at pataas sa gilid ng crust. Ilagay ang crust sa freezer sa loob ng 10 minuto upang maitakda ang tsokolate.

c) Ilagay ang 305 g (1⅓ cups) lemon curd sa isang maliit na mangkok at haluin para lumuwag ito ng kaunti. I-scrape ang lemon curd sa isang crust at gamitin ang likod ng isang kutsara o isang spatula upang ikalat ito sa isang pantay na layer. Ilagay ang pie sa freezer nang mga 10 minuto upang makatulong na itakda ang layer ng lemon curd.

d) Samantala, pagsamahin ang asukal at tubig sa isang maliit na makapal na ilalim na kasirola at dahan-dahang i-slush ang asukal sa paligid sa tubig hanggang sa maramdaman itong basang buhangin. Ilagay ang kasirola sa katamtamang init at init ang pinaghalong hanggang 115°C (239°F), na sinusubaybayan ang temperatura gamit ang instant-read o candy thermometer.

e) Habang umiinit ang asukal, ilagay ang mga puti ng itlog sa mangkok ng isang stand mixer at, kasama ang whisk attachment, simulan ang paghagupit sa mga ito sa medium-soft peak.

f) Kapag ang sugar syrup ay umabot na sa 115°C (239°F), alisin ito sa apoy at maingat na ibuhos ito sa whipping egg whites, siguraduhing iwasan ang whisk: i-down ang mixer sa napakababang bilis bago mo gawin ito , maliban kung gusto mo ng ilang kawili-wiling mga marka ng paso sa iyong mukha.

g) Kapag ang lahat ng asukal ay matagumpay na naidagdag sa mga puti ng it og, ibalik ang bilis ng mixer at hayaang mamalo ang meringue hanggang sa lumamig ito sa temperatura ng silid.

h) Habang hinahampas ang meringue, ilagay ang 155 g (¼ cup) lemon curd sa isang malaking mangkok at haluin, gamit ang isang spatula, upang lumuwag ito nang kaunti.

i) Kapag ang meringue ay lumamig sa temperatura ng silid, patayin ang panghalo, alisin ang mangkok, at tiklupin ang meringue sa lemon curd gamit ang spatula hanggang sa walang matitirang puting guhit, mag-ingat na huwag ma-deflate ang meringue.

j) Alisin ang pie sa freezer at i-scoop ang lemon meringue sa ibabaw ng lemon curd. Gamit ang isang kutsara, ikalat ang meringue sa isang pantay na layer, ganap na sumasakop sa lemon curd.

k) Ihain, o itabi ang pie sa freezer hanggang handa nang gamitin. Nakabalot nang mahigpit sa plastic wrap kapag nagyelo nang husto, mananatili ito sa freezer nang hanggang 3 linggo. Hayaang mag-defrost ang pie magdamag sa refrigerator o hindi bababa sa 3 oras sa temperatura ng kuwarto bago ihain.

18. I-crack ang pie

GUMAWA NG 2 (10-INCH) PIES; BAWAT SERVE 8 HANGGANG 10

MGA INGREDIENTS:

- 1 serving Oat Cookie
- 15 g light brown sugar [1 kutsarang mahigpit na nakabalot]
- 1 g asin [¼ kutsarita]
- 55 g mantikilya, natunaw, o kung kinakailangan [4 na kutsara (½ stick)]
- 1 serving ng Crack Pie Filling
- asukal sa mga confectioner, para sa pag-aalis ng alikabok

PARA SA PAGPUPUNO

- 300 g granulated sugar [1½ tasa]
- 180 g light brown sugar [¾ cup tightly packed]
- 20 g gatas na pulbos [¼ tasa]
- 24 g pulbos ng mais [¼ tasa]
- 6 g kosher salt [1½ kutsarita]
- 225 g mantikilya, natunaw [16 na kutsara (2 sticks)]
- 160 g mabigat na cream [¾ tasa]
- 2 g vanilla extract [½ kutsarita]
- 8 pula r g itlog

Mga direksyon

a) Painitin ang oven sa 350°F.
b) Ilagay ang oat cookie, brown sugar, at asin sa isang food processor at i-pulso ito hanggang sa masira ang cookie sa isang basang buhangin. (Kung wala kang food processor, maaari mo itong pekein hanggang sa magawa mo ito at masigasig na durugin ang oat cookie gamit ang iyong mga kamay.)
c) Ilipat ang mga mumo sa isang mangkok, idagdag ang mantikilya, at masahin ang mantikilya at pinaghalong cookie hanggang sapat na basa upang mabuo sa isang bola. Kung hindi sapat ang basa para gawin ito, tunawin ang karagdagang 14 hanggang 25 g (1 hanggang 1½ kutsara) mantikilya at masahin ito.
d) Hatiin nang pantay-pantay ang oat crust sa pagitan ng 2 (10-pulgada) na pie tin. Gamit ang iyong mga daliri at palad ng iyong mga kamay, pindutin nang mahigpit ang oat cookie crust sa bawat pie tin, siguraduhing pantay na natatakpan ang ilalim at

gilid ng lata. Gamitin kaagad ang mga pie shell, o balutin nang mabuti sa plastic at iimbak sa temperatura ng kuwarto hanggang 5 araw o sa refrigerator hanggang 2 linggo.

e) Ilagay ang parehong pie shell sa isang sheet pan. Hatiin ang pagpuno ng crack pie nang pantay-pantay sa pagitan ng mga crust; ang pagpuno ay dapat punan ang mga ito tatlong-kapat ng paraan na puno. Maghurno ng 15 minuto lamang. Ang mga pie ay dapat na ginintuang kayumanggi sa itaas ngunit magiging napaka-jiggly pa rin.

f) Buksan ang pinto ng oven at bawasan ang temperatura ng oven sa 325°F. Depende sa iyong oven, maaaring tumagal ng 5 minuto o mas matagal bago lumamig ang oven sa bagong temperatura. Itago ang mga pie sa oven sa prosesong ito. Kapag umabot na sa 325°F ang oven, isara ang pinto at i-bake ang mga pie nang 5 minuto pa. Ang mga pie ay dapat pa ring jiggly sa bull's-eye center ngunit hindi sa paligid ng mga panlabas na gilid. Kung ang pagpuno ay masyadong jiggly, iwanan ang mga pie sa oven para sa karagdagang 5 minuto o higit pa.

g) Dahan-dahang alisin ang kawali ng crack pie mula sa oven at ilipat sa isang rack upang lumamig sa temperatura ng silid. (Maaari mong pabilisin ang proseso ng paglamig sa pamamagitan ng maingat na paglilipat ng mga pie sa refrigerator o freezer kung nagmamadali ka.) Pagkatapos ay i-freeze ang iyong mga pie nang hindi bababa sa 3 oras, o magdamag, upang paikliin ang laman para sa isang siksik na huling produkto— Ang pagyeyelo ay ang signature technique at resulta ng isang perpektong naisagawa na crack pie.

h) Kung hindi ihain kaagad ang mga pie, balutin nang mabuti sa plastic wrap. Sa refrigerator, mananatili silang sariwa sa loob ng 5 araw; sa freezer, magtatago sila ng 1 month. Ilipat ang (mga) pie mula sa freezer papunta sa refrigerator upang mag-defrost ng hindi bababa sa 1 oras bago ka handa na makapasok doon.

i) Ihain ang iyong crack pie nang malamig! Palamutihan ang iyong (mga) pie ng asukal ng mga confectioner, maaaring ipasa ito sa isang pinong salaan o magpadala ng mga kurot gamit ang iyong mga daliri.

PARA SA PAGPUPUNO

j) Pagsamahin ang asukal, brown sugar, milk powder, corn powder, at asin sa mangkok ng stand mixer na nilagyan ng paddle attachment at haluin sa mababang bilis hanggang sa pantay na pinaghalo.

k) Idagdag ang tinunaw na mantikilya at magtampisaw ng 2 hanggang 3 minuto hanggang sa mamasa-masa ang lahat ng tuyong sangkap.

l) Idagdag ang mabibigat na cream at banilya at ipagpatuloy ang paghahalo nang mahina sa loob ng 2 hanggang 3 minuto hanggang ang anumang mga puting guhit mula sa cream ay ganap na nawala sa pinaghalong. Kuskusin ang mga gilid ng mangkok gamit ang isang spatula.

m) Idagdag ang mga yolks ng itlog, paddling ang mga ito sa pinaghalong para lamang pagsamahin; mag-ingat na huwag magpahangin ang pinaghalong, ngunit tiyakin na ang timpla ay makintab at homogenous. Haluin sa mababang bilis hanggang sa ito ay.

n) Gamitin kaagad ang pagpuno, o iimbak ito sa isang lalagyan ng airtight sa refrigerator hanggang sa 1 linggo.

19. Sweet corn cereal milk ice cream pie

MGA INGREDIENTS:
- 225 g Corn Cookies [mga 3 cookies]
- 25 g mantikilya, natunaw o kung kinakailangan [2 kutsara]
- 1 serving Sweet Corn Cereal Milk "Ice Cream" Filling

Mga direksyon
a) Ilagay ang corn cookies sa food processor at i-pulso ang mga ito hanggang sa ang cookies ay gumuho sa maliwanag na dilaw na buhangin.
b) Sa isang mangkok, masahin ang mantikilya at pinaghalong cook e sa pamamagitan ng kamay hanggang sa ito ay sapat na basa upang bumuo ng bola. Kung ito ay hindi sapat na basa upang gawin ito, tunawin ang karagdagang 14 g (1 kutsara) mantikilya at masahin ito.
c) Gamit ang iyong mga daliri at palad ng iyong mga kamay, pindutin nang mahigpit ang corn cookie crust sa isang 10-pulgadang pie plate. Siguraduhin na ang ilalim at ang mga dingding ng pie plate ay pantay na natatakpan. Nakabalot sa plastic, ang crust ay maaaring i-freeze nang hanggang 2 linggo.
d) Gumamit ng spatula para kaskasin at ikalat ang pagpuno ng "ice cream" ng cereal milk sa pie shell. I-tap ang napunong pie sa ibabaw ng counter hanggang sa pagpuno.
e) I-freeze ang pie nang hindi bababa sa 3 oras, o hanggang sa magyelo ang "ice cream" at matigas nang husto upang gupitin at ihain. Kung itinatabi mo ang iyong mga hiwa ng langit para sa ibang pagkakataon, maaari mong i-freeze ang ice cream pie, na nakabalot sa plastik, nang hanggang 2 linggo.

20. Creamy na Ricotta Pie

MGA INGREDIENTS:
- 1 pie crust na binili sa tindahan
- 1 ½ lb. ricotta cheese
- ½ tasa ng mascarpone cheese
- 4 na pinalo na itlog
- ½ tasang puting asukal
- 1 kutsarang brandy

MGA TAGUBILIN:
a) Painitin ang hurno sa 350 degrees Fahrenheit.
b) Pagsamahin ang lahat ng filling **INGREDIENTS:** sa isang mixing bowl. Pagkatapos ay ibuhos ang timpla sa crust.
c) Painitin ang oven sa 350°F at maghurno ng 45 minuto.
d) Palamigin ang pie nang hindi bababa sa 1 oras bago ihain.

21. Cashew–Banana Cream Pie

Gumagawa ng 8 servings

MGA INGREDIENTS:

- 11/2 tasang vegan vanilla cookie crumbs
- 1/4 tasa ng vegan margarine, natunaw
- 1/2 tasang unsalted raw cashews
- 1 (13-onsa) lata na walang tamis na gata ng niyog
- 2/3 tasa ng asukal
- hinog na saging
- 1 kutsarang agar flakes
- 1 kutsarita purong vanilla extract
- 1 kutsarita katas ng niyog (opsyonal)
- Vegan Whipped Cream, gawang bahay o binili sa tindahan, at toasted coconut, para sa dekorasyon

MGA TAGUBILIN:

a) Lang s nang bahagya ang ilalim at gilid ng isang 8-pulgadang springform pan o pie plate at itabi. Sa isang food processor, pagsamahin ang cookie crumbs at margarine at pulso hanggang sa mabasa ang mga mumo. Pindutin ang pinaghalong mumo sa ilalim at gilid ng inihandang kawali. Palamigin hanggang kailanganin.

b) Sa isang high-speed blender, gilingin ang cashews sa isang pulbos. Idagdag ang gata ng niyog, asukal, at isa sa mga saging at timpla hanggang makinis. I-scrape ang mixture sa isang kasirola, idagdag ang agar flakes, at itabi ng 10 minuto para lumambot ang agar. Pakuluan lamang, at pagkatapos ay bawasan ang apoy sa mababang at kumulo, patuloy na pagpapakilos upang matunaw ang agar, mga 3 minuto. Alisin mula sa init at ihalo ang lemon juice, vanilla, at coconut extract, kung ginagamit. Itabi.

c) Gupitin ang natitirang 2 saging sa 1/4-pulgada na hiwa at ayusin nang pantay-pantay sa ilalim ng inihandang

d) pan. Ikalat ang pinaghalong kasoy-banana sa kawali, pagkatapos ay ilagay sa refrigerator hanggang sa lumamig na mabuti. Kapag handa nang ihain, palamutihan ng whipped cream at toasted coconut. Itabi ang mga natirang pagkain na natatakpan sa refrigerator.

22. Peanut Butter–Ice Cream Pie

Gumagawa ng 8 servings

MGA INGREDIENTS:
- 11/2 tasang vegan chocolate cookie crumbs
- 1/4 tasa ng vegan margarine, natunaw
- 1 quart vegan vanilla ice cream, pinalambot
- 2 tasang creamy peanut butter
- Vegan chocolate curls, para sa dekorasyon

MGA TAGUBILIN:
a) Bahagyang langisan ang ilalim at gilid ng 9-inch springform pan at itabi. Sa isang food processor, pagsamahin ang cookie crumbs at margarine at iproseso hanggang sa mabasa ang mga mumo. Pindutin ang pinaghalong mumo sa inihandang kawali at pindutin sa ibaba at gilid ng kawali. Palamigin hanggang kailanganin.

b) Sa isang food processor, pagsamahin ang ice cream at peanut butter, paghahalo hanggang sa mahusay na pinaghalo. Ikalat ang pinaghalong pantay-pantay sa inihandang crust.

c) I-freeze ng 3 oras o magdamag. Dalhin ang pie sa temperatura ng silid sa loob ng 5 minuto at maingat na alisin ang mga gilid ng springform pan. Budburan ang mga chocolate curl sa ibabaw ng pie at ihain.

23.   B oston cream pie

Gumagawa: 1 servings

MGA INGREDIENTS:
- 1 tasang Gatas
- ½ tasa Granulated sugar
- 3 kutsarang harina
- ⅛ kutsarita ng Asin
- 2 Mga pula ng itlog
- 1½ kutsarita ng Vanilla
- 2 8 pulgadang layer na Boston Favorite
- Cake (tingnan ang MM #3607)
- Asukal ng confectioner

MGA TAGUBILIN:
a) Init ang gatas sa isang kawali hanggang sa napakainit, pagkatapos ay mabilis na ihalo ang butil na asukal, harina, at asin. Magluto sa katamtamang init, patuloy na pagpapakilos, hanggang sa napakakapal.

b) Idagdag ang mga yolks ng itlog at lutuin, patuloy na pukawin, para sa isa pang 4-5 minuto. Inalis mula sa init, idagdag ang vanilla, at palamig, pagpapakilos paminsan-minsan. Takpan ng mabuti at palamigin hanggang handa nang gamitin.

c) Ikalat ang custard sa pagitan ng mga layer ng cake at lagyan ng alikabok ang tuktok ng cake ng asukal ng mga confectioner. Panatilihing malamig.

HAND PIES

24.   S'mores hand pie

Gumagawa: 8 hand pie

MGA INGREDIENTS:
- 1 pkg. (2 crust) pinalamig na hilaw na piecrust
- 2 TBSP. kasama ang 2 tsp. mantikilya, natunaw
- 1 tasang marshmallow spread
- 4 na double graham crackers, gumuho
- 1 tasang semisweet chocolate chips
- 1 malaking itlog, bahagyang pinalo

MGA TAGUBILIN:
a) Painitin ang oven sa 340°F (171°C).
b) Linya ng parchment paper ang dalawang baking sheet at itabi.
c) Ilagay ang mga piecrust sa ibabaw ng pinagawaan ng harina at bahagyang igulong gamit ang rolling pin. Gamit ang isang maliit, nakabaligtad na mangkok na may 6-in. (15cm) diameter, pindutin sa kuwarta upang gupitin ang 8 bilog. Brush ang bawat bilog na may 1 kutsarita ng mantikilya.
d) Maglagay ng 2 kutsarang marshmallow spread sa bawat bilog. Ipamahagi nang pantay-pantay ang mga mumo ng graham cracker sa kalahati ng lahat ng 8 bilog, na nag-iiwan ng ½-pulgada (1.25cm) na gilid. Ibabaw ang bawat isa ng semisweet chocolate chips.
e) Gamit ang isang pastry brush, pintura ang mga gilid ng mga bilog na may itlog. Tiklupin ang mga bilog at pindutin upang i-seal. Gamit ang isang tinidor, gumawa ng mga indentasyon sa paligid ng mga crust. Gamit ang isang matalim na kutsilyo, gumawa ng mga lagusan para sa singaw.
f) Maghurno para sa 12 hanggang 14 minuto o hanggang sa ginintuang kayumanggi. Hayaang lumamig ng kaunti bago ihain.
g) Imbakan: Panatilihin sa isang lalagyan ng airtight sa temperatura ng kuwarto nang hanggang 3 araw.

25. Mga Blueberry Hand Pie

Gumagawa: 8

MGA INGREDIENTS:
- 1 tasang blueberries
- 2½ kutsarang caster sugar
- 1 kutsarita ng lemon juice
- 1 kurot na asin
- 320g na pinalamig na pie crust
- Tubig

MGA TAGUBILIN:
a) Pagsamahin ang mga blueberries, asukal, lemon juice, at asin sa isang medium mixing bowl.
b) Pagulungin ang mga piecrust at gupitin ang 6-8 magkahiwalay na bilog.
c) Sa gitna ng bawat bilog, ilagay ang humigit-kumulang 1 kutsara ng blueberry filling.

d) Basain ang mga gilid ng kuwarta at tiklupin ito sa ibabaw ng pagpuno upang lumikha ng hugis kalahating buwan.
e) Dahan-dahang i-crimp ang mga gilid ng piecrust kasama ng isang tinidor. Pagkatapos, sa tuktok ng mga hand pie, gupitin ang tatlong hiwa.
f) Pagwilig ng mantika sa ibabaw ng mga hand pie.
g) Ilagay ang mga ito sa SearPlate.
h) I-on ang Air Fryer Oven at i-rotate ang knob para piliin ang "Bake".
i) Piliin ang timer para sa 20 minuto at ang temperatura para sa 350 °F.
j) Kapag nag-beep ang unit para ipahiwatig na na-preheated na ito, buksan ang pinto ng oven at ipasok ang SearPlate sa oven.
k) Hayaang palamigin ng dalawang minuto bago ihain.

26. <u>Strawberry hand-pie</u>

Gumagawa: 1 servings

MGA INGREDIENTS:
- 1 stick mantikilya
- 1¼ tasa ng Asukal
- 1 Itlog
- 3 ounces Cream cheese
- 2 kutsarita ng mantikilya
- 3 tasang All-purpose na harina
- ¼ kutsarita ng baking soda
- 1 kutsarita ng baking powder
- ½ kutsarita ng Asin
- 1 tasang preserve ng strawberry
- 2 tasa Diced sariwang strawberry
- 1 kutsarita Lemon juice
- 2 kutsarita ng lemon zest

MGA TAGUBILIN:
a) Upang gawin ang kuwarta, pagsamahin ang mantikilya at asukal gamit ang isang electric mixer. Idagdag ang itlog at cream cheese, haluing mabuti.
b) Idagdag ang buttermilk at ihalo upang pagsamahin. Dahan-dahang ihalo ang harina para makabuo ng masa. Idagdag ang baking soda, baking powder, at asin. Haluin nang mabuti at pagkatapos ay masahin ang kuwarta gamit ang mga kamay, na bumubuo ng isang bola.
c) Palamigin ang kuwarta sa loob ng 1 oras. Upang gawin ang mga pie, igulong ang kuwarta at gupitin ang anim na 6" na bilog. Ihanda ang pagpuno sa pamamagitan ng pagsasama-sama ng mga preserving strawberry, sariwang strawberry, lemon juice, at lemon zest. Kutsara ng 3 kutsara ng filling sa isang gilid ng bawat bilog ng kuwarta. Tiklupin ang malinis na gilid at pindutin ang mga gilid kasama ng isang tinidor.
d) Maghurno sa 375 degrees para sa 20 minuto, hanggang sa ginintuang.

27. Apple Hand Pie

Gumagawa: 8-10 hand pie

MGA INGREDIENTS:
- 2 tasang all-purpose na harina
- 1 kutsarita ng asin
- 1 kutsarang asukal
- 3/4 stick (3/4 cup) vegetable shortening, cubed
- 4 hanggang 8 kutsarang malamig na tubig na may yelo

PARA SA PAGPUPUNO
- 2 malalaking baking apple, binalatan, tinadtad, at diced
- 3 kutsarang butil na asukal
- 3 kutsarang light brown sugar
- 1 1/2 kutsarita ng apple pie spice
- 1 kutsarita ng all-purpose na harina

PARA SA TOPPING
- 1 malaking itlog
- 1 kutsarita ng tubig
- sparkling sugar, opsyonal

MGA TAGUBILIN
PARA SA CUSTO
a) Sa isang malaking mangkok, haluin ang harina, asin, at asukal.
b) Gupitin ang shortening sa pinaghalong harina gamit ang pastry blender o dalawang kutsilyo.
c) Haluin ang sapat na tubig gamit ang isang tinidor hanggang sa magkadikit ang masa.
d) Hugis ang kuwarta sa isang bola at patagin sa isang bilog na disk. Para sa kadalian sa pag-roll, balutin ang kuwarta sa plastic wrap. Palamigin ng 30 minuto o hanggang 2 araw.
e) Kapag ang kuwarta ay pinalamig at handa ka nang tipunin ang mga pie, painitin ang oven sa 400°F, lagyan ng parchment paper ang isang baking sheet, at ihanda ang pagpuno.

PARA SA PAGPUPUNO
f) Sa isang katamtamang mangkok, ihagis ang mga mansanas na may mga asukal, pampalasa ng apple pie at harina.

MAGTITIPON ANG PIES

g) Alisin ang kuwarta sa refrigerator at alisin sa plastic wrap.
h) Sa isang masaganang pinagawaan na ibabaw ng trabaho, igulong ang kuwarta hanggang sa humigit-kumulang 1/8-pulgada ang kapal.
i) Gumamit ng 5 pulgadang bilog na cookie cutter para gupitin ang kuwarta. I-reroll ang kuwarta kung kinakailangan upang makalikha ng 8-10 bilog.
j) Magdagdag ng isang tambak na kutsara ng pagpuno sa gitna ng bawat bilog ng kuwarta, na nag-iiwan ng mas maraming likido sa likod hangga't maaari.
k) Tiklupin ang kuwarta sa kalahati at gamitin ang iyong mga daliri o isang tinidor upang i-seal at i-crimp ang mga gilid.
l) Ilagay ang mga hand pie sa inihandang baking sheet.
m) Sa isang maliit na mangkok, haluin ang itlog at tubig.
n) Gamitin ang dulo ng matalim na kutsilyo upang maghiwa ng 2 maliit na hiwa sa tuktok ng bawat pie.
o) Gumamit ng pastry brush upang bahagyang i-brush ang mga tuktok ng hand pie gamit ang egg wash. Kung ninanais, itaas na may sparkling na asukal.
p) Maghurno sa preheated para sa 20-25 minuto o hanggang sa ginintuang kayumanggi.
q) Hayaang lumamig ang mga hand pie. Kung ninanais, ihain kasama ng homemade salted caramel sauce.

FRUIT PIES

28.   Susing Lime Pie

Gumagawa: 8-10

MGA INGREDIENTS:
CRUST:
- 2 tasang macadamia nuts
- 2 tasang pecan
- 2 kurot ng asin
- 2-3 kutsarang date paste

PAGPUPUNO
- 1 tasang katas ng kalamansi
- 1 kutsarita berdeng pagkain (opsyonal)
- 1 tasa ng pagsukat ng basa ng avocado
- 1 ½ tasang gata ng niyog
- 1 tasa ng agave nectar
- 3 kutsarang lecithin salt at vanilla sa panlasa
- 1 tasang walang amoy na niyog o il

MERINGUE TOPPING
- 1 oz. (¼ packed cup) ibinabad at hinugasan ang Sea Moss
- ½ tasang tubig
- 2 tasang gata ng niyog
- ½ tasang karne ng niyog
- ½ tasang babad na kasoy
- 6 na kutsarang agave
- asin at banilya sa panlasa
- 1 ½ kutsarang lecithin
- 1 tasang langis ng niyog (walang bango)

MGA TAGUBILIN:
CRUST:
a) Ilagay ang lahat ng sangkap sa isang food processor at katas hanggang makinis.
b) Pindutin sa isang pie plate at palamigin hanggang solid.

PAGPUPUNO
c) Gumawa ng gata ng niyog sa pamamagitan ng paghahalo ng batang tubig ng niyog sa karne nito.
d) Haluin hanggang makinis.

e) Ibuhos sa pie crust at hayaang matigas sa refrigerator.

MERINGUE TOPPING

f) Ibabad ang lumot sa loob ng 30 minuto- 3 oras sa purified water at banlawan ng mabuti at alisan ng tubig.

g) Haluin ang Sea Moss at tubig nang hindi bababa sa 30 segundo o hanggang masira.

h) Idagdag ang natitirang **SANGKAP:** maliban sa lecithin at coconut oil at haluin hanggang sa maisama.

i) Habang hinahalo ay idinaragdag ang lecithin at coconut oil hanggang makinis at mag-atas.

j) Ibuhos sa isang mangkok at palamigin hanggang lumapot at lumamig.

29.   Kawali ng Apple Pie

Gumagawa: 8 Gumagawa: 1 apple pie
- ½ tasang mantikilya
- 1 tasang brown sugar
- 5 mansanas ni Lola Smith, binalatan, at hiniwa ng manipis
- 3 (9 na pulgada) na pinalamig na prerolled pie crust
- 1 tasa puting asukal, hinati
- 2 kutsarita ng giniling na kanela, hinati
- ¼ tasa puting asukal
- 1 kutsarang mantikilya, gupitin sa maliliit na piraso

Mga direksyon
a) Painitin ang hurno sa 350 degrees F (175 degrees C).
b) Ilagay ang 1/2 cup butter sa isang mabigat na cast iron skillet, at tunawin ang mantikilya sa oven. Alisin kawali at budburan ng brown sugar; bumalik sa oven para magpainit habang ikaw ihanda ang mansanas.
c) Alisin ang kawali, at ilagay ang 1 pinalamig na pie crust sa ibabaw ng brown sugar. Itaas ang pie crust na may kalahati ng hiniwang mansanas.
d) Budburan ang mga mansanas na may 1/2 tasa ng asukal at 1 kutsarita ng kanela; maglagay ng pangalawang pie crust sa mga mansanas; itaas ang pangalawang crust kasama ang natitirang mga mansanas, at budburan ng 1/2 tasa ng asukal at 1 kutsarita ng kanela.
e) Tuktok na may ikatlong crust; iwisik ang tuktok na crust ng 1/4 tasa ng asukal, at tuldok ng 1 kutsara ng mantikilya. Gupitin ang 4 na hiwa sa tuktok na crust para sa singaw.
f) Maghurno sa preheated oven hanggang ang mga mansanas ay malambot at ang crust ay ginintuang kayumanggi tungkol sa 45 minuto. Ihain nang mainit.

30. Blueberry Rhubarb Pie

Gumagawa: 7 Servings

MGA INGREDIENTS:
PIE FILLING:
- 4 na tasang tinadtad, sariwang rhubarb
- 2 tasang sariwang blueberries
- 2 kutsarang tinunaw na mantikilya
- 1-⅓ tasang puting asukal
- ⅔ apat na tasa

CRUMBLE TOP:
- ½ tasa (1 stick) tinunaw na mantikilya
- 1 tasang harina
- 1 tasang oats
- 1 tasang pinindot na brown sugar
- 1 kutsarita ng kanela

MGA TAGUBILIN:
PIE FILLING:
a) I-spray ang ilalim ng 9" deep dish pie pan na may spray.
b) Lagyan ng pie crust ang kawali. Kung gagawa ng crumble top, i-flute ang mga gilid ng crust bago punan.
c) Ikalat ang ¼ tasa ng harina nang pantay-pantay sa ilalim ng pie crust bago magdagdag ng pie filling.
d) Pagsamahin ang lahat ng pie filling **INGREDIENTS:** , at pindutin sa pie crust.

CRUMBLE TOP:
e) Pagsamahin ang lahat ng mga sangkap hanggang sa halo-halong mabuti at gumuho.

PAGBABA:
f) Magdagdag ng crumble top sa pagpuno ng pie, kumalat nang pantay-pantay. Kung gumagamit ng isang pie crust sa itaas, itabi ang buong pie filling, at pindutin ang mga gilid ng tuktok na pie crust sa ilalim na crust, i-flute ang mga gilid. Gumawa ng mga slits sa tuktok na crust upang payagan ang pie sa singaw. I-spray ang tuktok na crust ng pan spray at iwiwisik ng mabuti ang 5 tablespoons ng asukal sa hilaw.

g) Takpan ng tin foil, at maghurno sa 350 degrees sa loob ng 1 oras (mas mababa kung gumagamit ng convection oven)
h) Hayaang lumamig nang lubusan ang pie bago ihain.

31. <u>Apple Pie</u>

Gumagawa: 7 Servings

MGA INGREDIENTS:
PIE FILLING:
- 8 Granny Smith Apples, binalatan at hiniwa (7 mansanas kung ang mga mansanas ay napakalaki)
- 2 kutsarang tinunaw na mantikilya
- ⅔ tasa ng harina
- 1 tasang puting asukal
- 1 kutsarita ng kanela

CRUMBLE TOP:
- ½ tasa (1 stick) tinunaw na mantikilya
- 1 tasang harina
- 1 tasang oats
- 1 tasang pinindot na brown sugar
- 1 kutsarita ng kanela

MGA TAGUBILIN:
PIE FILLING:
a) I-spray ang ilalim ng 9" deep dish pie pan na may spray.
b) Lagyan ng pie crust ang kawali. Kung gagawa ng crumble top, i-flute ang mga gilid ng crust bago punan.
c) Ikalat ang ¼ tasa ng harina nang pantay-pantay sa ilalim ng pie crust bago magdagdag ng pie filling.
d) Pagsamahin ang lahat ng pie filling **INGREDIENTS:** , at pindutin sa pie crust. Ang pie ay magiging medyo malaki.

CRUMBLE TOP:
e) Pagsamahin ang lahat ng mga sangkap hanggang sa halo-halong mabuti at gumuho.

PAGBABA:
f) Magdagdag ng crumble top sa pagpuno ng pie, kumalat nang pantay-pantay. Kung gumagamit ng isang pie crust sa itaas, itabi ang buong pie filling, at pindutin ang mga gilid ng tuktok na pie crust sa ilalim na crust, i-flute ang mga gilid.

g) Gumawa ng mga slits sa tuktok na crust upang payagan ang pie sa singaw. I-spray ang tuktok na crust ng pan spray at iwiwisik ng mabuti ang 5 tablespoons ng asukal sa hilaw.

h) Takpan ng tinfoil, at maghurno sa 350 degrees sa loob ng 1 oras (mas mababa kung gumagamit ng convection oven)

i) Hayaang lumamig nang lubusan ang pie bago ihain.

32. Madaling Coconut Pie na Walang Gluten

Gumagawa: 6-8

MGA INGREDIENTS:
- 1 kutsarita vanilla extract
- 2 itlog
- 1 1/2 tasa ng gatas
- 1/2 tasa ng Prutas ng Monk
- 1/2 tasa ng harina ng niyog
- 1/4 tasa ng mantikilya
- 1 tasang hinimay na niyog

MGA TAGUBILIN:
a) Pagsamahin ang lahat ng **SANGKAP:** para maging batter.
b) Grasa ang isang pie plate na may non-stick spray at punuin ito ng batter.
c) Magluto sa Air Fryer sa 350 degrees sa loob ng 12 minuto.

33. Grapefruit pie

GUMAWA NG 1 (10-INCH) PIE; SERVE 8 HANGGANG 10

MGA INGREDIENTS:
- 1 serving unbaked Ritz Crunch
- 1 serving Grapefruit Passion Curd
- 1 serving Sweetened Condensed Grapefruit

Mga direksyon
a) Painitin ang oven sa 275°F.
b) Pindutin ang Ritz crunch sa isang 10-pulgadang pie tin. Gamit ang iyong mga daliri at mga palad ng iyong mga kamay, pindutin nang husto ang langutngot, siguraduhing takpan ang ibaba at gilid nang pantay at ganap.
c) Ilagay ang lata sa isang sheet pan at maghurno ng 20 minuto. Ang Ritz crust ay dapat na bahagyang mas ginintuang kayumanggi at bahagyang mas malalim sa buttery goodness kaysa sa crunch na sinimulan mo. Palamigin nang lubusan ang crust; nakabalot sa plastic, ang crust ay maaaring i-freeze ng hanggang 2 linggo.
d) Gamit ang isang kutsara o isang offset spatula, ikalat ang grapefruit passion curd nang pantay-pantay sa ilalim ng Ritz crust. Ilagay ang pie sa freezer upang i-set ang curd hanggang matigas, mga 30 minuto.
e) Gamit ang isang kutsara o isang offset spatula, ikalat ang pinatamis na condensed grapefruit sa ibabaw ng curd, mag-ingat na huwag paghaluin ang dalawang layer at siguraduhin na ang curd ay ganap na natatakpan. Ibalik sa freezer hanggang handa nang hiwain at ihain.

34. Cranberry pie

Gumagawa ng : 8 Servings

MGA INGREDIENTS:
- 2 pie crust
- 1 pakete gulaman; orange na lasa
- ¾ tasa Tubig na kumukulo
- ½ tasa katas ng kahel
- 1 lata(8-oz) jellied cranberry sauce
- 1 kutsarita Grated orange na balat
- 1 tasa Malamig Half-and-Half o gatas
- 1 pakete Jell-O instant pudding , French vanilla o vanilla flavor
- 1 tasa Cool Whip whipped topping
- Frosted cranberries

MGA TAGUBILIN:
a) Painitin muna ang oven sa 450°F
b) Pakuluan ang gelatin at tunawin ito. Ibuhos ang orange juice. Ilagay ang mangkok sa mas malaking mangkok ng yelo at tubig. Hayaang umupo ito ng 5 minuto, regular na pagpapakilos, hanggang sa bahagyang lumapot ang gelatin.
c) Idagdag ang sarsa ng cranberry at orange na balat at ihalo upang pagsamahin. Punan ang pie crust ng pagpuno. Palamigin ng humigit-kumulang 30 minuto, o hanggang itakda.
d) I into a medium mixing bowl, ibuhos ang kalahati at kalahati. Ihagis ang pie filling mix. W hisk hanggang sa ganap na halo-halong.
e) Itabi ng 2 minuto, o hanggang medyo lumapot ang sauce. Panghuli, tiklupin ang whipped topping.
f) Dahan-dahang ikalat ang halo ng gelatin sa itaas. Palamigin ng 2 oras o hanggang matigas.

35. <u>Peach Crumb Pie</u>

Gumagawa ng 8 servings

MGA INGREDIENTS:
- 11⁄4 tasang all-purpose na harina
- 1⁄4 kutsarita ng asin
- 1⁄2 kutsarita ng asukal
- 1⁄2 tasa ng vegan margarine, gupitin sa maliliit na piraso
- 2 kutsarang malamig na tubig, at higit pa kung kinakailangan
- hinog na mga milokoton, binalatan, pitted, at hiniwa
- 1 kutsarita ng vegan margarine
- 2 kutsarang asukal
- 1⁄2 kutsarita ng giniling na kanela

Topping
- ¾ tasang makalumang oats
- 1⁄3 tasa ng vegan margarine, pinalambot
- 2 kutsarang asukal
- 1 kutsarita ng giniling na kanela
- 1⁄4 kutsarita ng asin

MGA TAGUBILIN:
a) Gawin ang crust: Sa isang malaking mangkok, pagsamahin ang harina, asin, at asukal. Gumamit ng pastry blender o tinidor upang hiwain ang margarine hanggang sa ang timpla ay maging katulad ng mga magaspang na mumo. Idagdag ang tubig nang paunti-unti at haluin hanggang sa magsimulang magkadikit ang kuwarta.
b) Paikutin ang kuwarta sa isang disk at balutin sa plastic wrap. Palamigin sa loob ng 30 minuto habang inihahanda mo ang pagpuno.
c) Painitin muna ang oven sa 425°F. I-roll out ang kuwarta sa isang lightly floured work surface sa halos 10 pulgada ang lapad. Ilagay ang kuwarta sa isang 9-inch na pie plate at gupitin at gupitin ang mga gilid. Ayusin ang mga hiwa ng peach sa crust. Dot na may margarine at budburan ng asukal at cinnamon. Itabi.

d) Gawin ang topping: Sa isang medium na mangkok, pagsamahin ang mga oats, margarine, asukal, kanela, at asin. Haluing mabuti at iwiwisik sa ibabaw ng prutas.

e) Maghurno hanggang ang prutas ay bubbly at ang crust ay ginintuang kayumanggi, mga 40 minuto. Alisin mula sa oven at palamig nang bahagya, 15 hanggang 20 minuto. Ihain nang mainit.

36. Strawberry Cloud Pie

Gumagawa ng 8 servings

MGA INGREDIENTS:
CRUST
- 1 1/4 tasang all-purpose na harina
- 1/4 kutsarita ng asin
- 1/2 kutsarita ng asukal
- 1/2 tasa ng vegan margarine, gupitin sa maliliit na piraso
- 3 kutsarang tubig ng yelo

PAGPUPUNO
- 1 (12-onsa) na pakete ng firm na silken tofu, pinatuyo at pirindot
- ¾ tasa ng asukal
- 1 kutsarita purong vanilla extract
- 2 tasang hiniwang sariwang strawberry
- 1/2 cup strawberry preserves
- 1 kutsarang gawgaw na natunaw sa 2 kutsarang tubig

MGA TAGUBILIN:
a) Gawin ang crust: Sa isang food processor, pagsamahin ang harina, asin, at asukal at pulso upang pagsamahin. Idagdag ang margarine at iproseso hanggang gumuho.
b) Habang tumatakbo ang makina, i-stream sa tubig at iproseso upang bumuo ng malambot na kuwarta. Huwag mag-over mix. Paikutin ang kuwarta sa isang disk at balutin sa plastic wrap.
c) Palamigin sa loob ng 30 minuto. Painitin muna ang oven sa 400°F.
d) I-roll out ang kuwarta sa isang lightly floured work surface sa halos 10 pulgada ang lapad. Ilagay ang kuwarta sa isang 9-inch na pie plate. Gupitin at i-flute ang mga gilid. Tusukin ang mga butas sa ilalim ng kuwarta gamit ang isang tinidor. Maghurno ng 10 minuto, pagkatapos ay alisin sa oven at itabi. Bawasan ang temperatura ng oven sa 350°F.
e) Gawin ang pagpuno: Sa isang blender o food processor, pagsamahin ang tofu, asukal, at banilya at timpla hanggang makinis. Ibuhos sa inihandang crust.

f) Maghurno ng 30 minuto. Alisin mula sa oven at itabi upang palamig ng 30 minuto.

g) Ayusin ang mga hiniwang strawberry sa ibabaw ng pie sa isang pandekorasyon na pattern upang masakop ang buong ibabaw. Itabi.

h) I-pure ang mga pinapanatili sa isang blender o food processor at ilipat sa isang maliit na kasirola sa katamtamang init. Haluin ang pinaghalong cornstarch at ipagpatuloy ang paghahalo hanggang sa lumapot ang timpla.

i) Kutsara ang strawberry glaze sa ibabaw ng pie. Palamigin ang pie nang hindi bababa sa 1 oras bago ihain upang palamigin ang pagpuno at itakda ang glaze.

37. Walang Maghurno ng Sariwang Fruit Pie

Gumagawa ng 8 servings

MGA INGREDIENTS:
- 11/2 tasang vegan oatmeal cookie crumbs
- 1/4 tasa ng vegan margarine
- 1 pound firm tofu, well drained and pressed (tingnan ang Tofu)
- ¾ tasa ng asukal
- 1 kutsarita purong vanilla extract
- 1 hinog na peach, pitted at gupitin sa 1/4-pulgada na hiwa
- 2 hinog na plum, pitted at gupitin sa 1/4-pulgadang hiwa
- 1/4 tasa na pinapanatili ng peach
- 1 kutsarita sariwang lem sa juice

MGA TAGUBILIN:
a) Magpahid ng 9-inch pie plate at itabi. Sa isang food processor, pagsamahin ang mga mumo at ang tinunaw na margarine at iproseso hanggang sa mabasa ang mga mumo.
b) Pindutin ang pinaghalong mumo sa inihandang pie plate. Palamigin hanggang kailanganin.
c) Sa food processor, pagsamahin ang tofu, asukal, at banilya at iproseso hanggang makinis. Ikalat ang pinaghalong tofu sa pinalamig na crust at palamigin ng 1 oras.
d) Ayusin ang prutas na pandekorasyon sa ibabaw ng pinaghalong tofu. Itabi.
e) Sa isang maliit na mangkok na hindi tinatablan ng init, pagsamahin ang mga pinapanatili at lemon juice at microwave hanggang sa matunaw, mga 5 segundo. Haluin at ibuhos ang prutas.
f) Palamigin ang pie nang hindi bababa sa 1 oras bago ihain upang palamigin ang pagpuno at itakda ang glaze.

38. Banana Mango Pie

Gumagawa ng 6 na servings

MGA INGREDIENTS:
- 11/2 tasang vegan vanilla cookie crumbs
- 1/4 tasa ng vegan margarine, natunaw
- 1 tasang mango juice
- 1 kutsarang agar flakes
- 1/4 tasa ng agave nectar
- hinog na saging, binalatan at hiniwa
- 1 kutsarita sariwang lemon juice
- 1 sariwang hinog na mangga, binalatan, nilagyan ng pitted, at hiniwa ng manipis

MGA TAGUBILIN:
a) Pahiran ng grasa ang ilalim at gilid ng isang 8-pulgadang pie plate. Ilagay ang cookie crumbs at ang tinunaw na margarine sa ilalim ng pie plate at haluin gamit ang isang tinidor upang pagsamahin hanggang sa mabasa ang mga mumo. Pindutin sa ibaba at gilid ng inihandang pie plate. Palamigin hanggang kailanganin.
b) Pagsamahin ang juice at agar flakes sa isang maliit na kasirola. Hayaang umupo ng 10 minuto para lumambot. Idagdag ang agave nectar at pakuluan ang timpla. Bawasan ang apoy sa isang kumulo at pukawin hanggang sa matunaw, mga 3 minuto.
c) Ilagay ang mga saging sa isang food processor at iproseso hanggang makinis. Idagdag ang agar mixture at lemon juice at iproseso hanggang sa makinis at maayos. Gumamit ng rubber spatula para i-scrape ang filling sa inihandang crust. Palamigin ng 2 oras o mas matagal pa para palamig at i-set up.
d) Bago ihain, ayusin ang mga hiwa ng mangga nang pabilog sa ibabaw ng pie.

39.   Strawberry Cream Pie

PUNO NG 1 PIE

MGA INGREDIENTS:
- 1 recipe Basic Piecrust
- 2 recipe ng Whipped Cashew Cream
- 2 tasang kalahating strawberry
- 2 kutsarang agave syrup

MGA TAGUBILIN:
a) Ikalat ang whipped Cream sa iyong piecrust, sa isang solong, kahit na layer.
b) Ihagis ang mga strawberry halves sa agave syrup, pagkatapos ay ayusin ang mga strawberry, hiniwang gilid pababa, sa ibabaw ng Cream.
c) Itatago ng 2 o 3 araw sa refrigerator.

40.   Apple meringue pie

Gumagawa ng : 6 na servings

MGA INGREDIENTS:
- 1 bawat isa 9 pulgadang hindi pa nilutong pie shell
- 2 tasa Grad na mansanas
- ½ tasa Asukal
- 3 kutsara mantikilya
- 1 kutsara Lemon juice
- 3 bawat isa Mga itlog, pinaghiwalay
- ½ kutsarita kanela
- ½ kutsarita Nutmeg
- ¼ tasa Asukal ng mga confectioner
- 1 kutsarita Vanilla

MGA TAGUBILIN:
a) Ikalat ang mga mansanas nang pantay-pantay sa ilalim ng pie shell. Sa hiwalay na mangkok, cream sugar at mantikilya. Haluin ang lemon juice at 3 pinalo na pula ng itlog.
b) Ibuhos sa ibabaw ng mansanas. Budburan ng cinnamon at nutmeg. Maghurno sa 350 degree oven sa loob ng 40 hanggang 45 minuto. Talunin ang mga puti ng itlog hanggang sa mabuo ang mga taluktok.
c) Dahan-dahan, magdagdag ng powdered sugar at vanilla, paghaluin hanggang sa matigas ang meringue. Ikalat sa ibabaw ng pie. Ibalik sa oven. Bawasan ang init sa 325 degrees.
d) Maghurno ng 5 hanggang 10 minuto, hanggang sa bahagyang browned ang meringue.

41. Cheddar crumble apple pie

Gumagawa ng : 8 servings

MGA INGREDIENTS:
- 1 bawat isa 9 na pulgadang Unbaked Pie Shell
- ½ tasa Hindi pinaputi na harina
- ⅓ tasa Asukal
- 1½ libra Pagluluto ng mansanas;
- 6 onsa Cheddar, Ginutay-gutay, 1 1/2 C
- 4 kutsarita Hindi pinaputi na harina
- ⅓ tasa Brown Sugar; Matatag na Nakaimpake
- ½ kutsarita kanela; Lupa
- ¼ kutsarita Nutmeg; Lupa
- 5 kutsara mantikilya
- 1 kutsara Lemon juice; Sariwa

MGA TAGUBILIN:
a) Core, alisan ng balat at manipis
b) Gumawa ng mataas na gilid sa paligid ng pie crust. Pagsamahin ang lahat ng mga tuyong sangkap sa topping at i-cut sa mantikilya hanggang gumuho. Itabi. Paghaluin ang mga mansanas at lemon juice at idagdag ang keso, harina, at nutmeg, ihagis at ihalo nang mabuti.
c) Ayusin ang mga mansanas sa crust at iwiwisik ang topping. Maghurno sa isang preheated 375 degrees F. oven para sa 40 hanggang 50 minuto. Ihain nang mainit na may Vanilla Ice Cream kung ninanais.

VEGGIE PIES

42. <u>Macaroon-Topped Rhubarb</u>

Gumagawa: 4 na servings

MGA INGREDIENTS:
- 4 na tasang hiniwang sariwa o frozen na rhubarb (1-pulgadang piraso)
- 1 malaking mansanas, binalatan at hiniwa
- 1/2 tasang naka-pack na brown sugar
- 1/2 kutsarita ng ground cinnamon, hinati
- 1 kutsarang gawgaw
- 2 kutsarang malamig na tubig
- 8 macaroons, gumuho
- 1 kutsarang mantikilya, natunaw
- 2 kutsarang asukal
- Vanilla ice cream, opsyonal

Mga direksyon
a) Sa isang malaking cast-iron o iba pang ovenproof skillet, pagsamahin ang rhubarb, mansanas, brown sugar at 1/4 kutsarita ng kanela; pakuluan. Bawasan ang init; takpan at kumulo hanggang sa lumambot ang rhubarb, 10-13 minuto.
b) Pagsamahin ang gawgaw at tubig hanggang makinis; unti-unting idagdag sa pinaghalong prutas. Dalhin sa isang pigsa; lutuin at haluin hanggang lumapot, mga 2 minuto.
c) Sa isang maliit na mangkok, pagsamahin ang crumbled cookies, butter, asukal at natitirang kanela. Iwiwisik ang pinaghalong prutas.
d) Iprito ang 4 in. mula sa init hanggang sa bahagyang kayumanggi, 3-5 minuto. Kung ninanais, ihain ang mainit na may ice cream.

43. Miner's Pie

Gumagawa ng: 6 Miners Pie

MGA INGREDIENTS:
PARA SA PIE:
- 5 tasang tinadtad na kintsay (half-moon)
- 8 tasang tinadtad na karot
- 2 tasang hiniwang sibuyas
- 3 kutsarang tinadtad na sariwang rosemary
- 2 kutsarang tinadtad na bawang
- 2 kutsarang thyme
- 2 kutsarang oregano
- 4 na tasa ng matapang na beer
- 3 tasang baka ng baka
- 10 libra ng giniling na baka

PARA SA MGA MASHED POTS:
- 1 bag na niligis na kaldero
- 1 stick (½ tasa) mantikilya
- ¼ tasa ng kulay-gatas
- 1 kutsarang giniling na malunggay

MGA TAGUBILIN:
PARA SA PIE:
a) Takpan ng langis ang ilalim ng isang malaking stockpot.
b) Magdagdag ng bawang, sibuyas, karot, kintsay, at pampalasa.
c) Magdagdag ng mataba, at stock ng baka. Pakuluan, at bawasan sa kumulo. Hayaang kumulo hanggang sa bahagyang lumambot ang mga gulay.
d) Idagdag ang giniling na karne ng baka, madalas na pagpapapakilos. Hayaang kumulo hanggang maluto ng maigi ang karne ng baka. Timplahan ayon sa panlasa.

PARA SA MGA MASHED POTS:
a) Matunaw ang mantikilya sa isang kasirola. Magdagdag ng patatas.
b) Magdagdag ng kulay-gatas at malunggay.
c) Haluin hanggang uminit at lumapot ito.

d) Magdagdag ng pie filling sa 6 square bowls.
e) Itaas na may niligis na kaldero. Maaari mong ilagay ang mga kaldero sa isang piping bag at i-pipe ito sa itaas.

44.   Rhubarb Pie

Gumagawa: 7 Servings

MGA INGREDIENTS:
PIE FILLING:
- 8 Granny Smith Apples, binalatan at hiniwa (7 mansanas kung ang mga mansanas ay napakalaki)
- 2 kutsarang tinunaw na mantikilya
- ⅔ tasa ng harina
- 1 tasang puting asukal
- 1 kutsarita ng kanela

CRUMBLE TOP:
- ½ tasa (1 stick) tinunaw na mantikilya
- 1 tasang harina
- 1 tasang oats
- 1 tasang pinindot na brown sugar
- 1 kutsarita ng kanela

MGA TAGUBILIN:
PIE FILLING:
a) I-spray ang ilalim ng 9" deep dish pie pan na may spray.
b) Lagyan ng pie crust ang kawali. Kung gagawa ng crumble top, i-flute ang mga gilid ng crust bago punan.
c) Ikalat ang ¼ tasa ng harina nang pantay-pantay sa ilalim ng pie crust bago magdagdag ng pie filling.
d) Pagsamahin ang lahat ng pie filling **INGREDIENTS:** , at pindutin sa pie crust. Ang pie ay magiging medyo malaki.

CRUMBLE TOP:
e) Pagsamahin ang lahat ng mga sangkap hanggang sa halo-halong mabuti at gumuho.

PAGBABA:
f) Magdagdag ng crumble top sa pagpuno ng pie, kumalat nang pantay-pantay. Kung gumagamit ng isang pie crust sa itaas, itabi ang buong pie filling, at pindutin ang mga gilid ng tuktok na pie crust sa ilalim na crust, i-flute ang mga gilid.

g) Gumawa ng mga slits sa tuktok na crust upang payagan ang pie sa singaw. I-spray ang tuktok na crust ng pan spray at iwiwisik ng mabuti ang 5 tablespoons ng asukal sa hilaw.
h) Takpan ng tinfoil, at maghurno sa 350 degrees sa loob ng 1 oras (mas mababa kung gumagamit ng convection oven)
a) Hayaang lumamig nang lubusan ang pie bago ihain.

45. Pie ng kamote

Gumagawa ng: 2 sweet potato pie
Kabuuang Oras ng Paghahanda/Pagluluto: 1 Oras 5 Minuto

MGA INGREDIENTS:
- 2 katamtamang laki ng kamote
- 1 ¼ tasa ng asukal
- 1 ½ stick ng mantikilya
- 4-5 itlog plus 1 itlog
- 1 ½ kutsarang vanilla extract
- 1 kutsarang katas ng lemon
- 1 kutsarita ng nutmeg
- 1 kutsarita ng kanela
- 2 Deep Dish Pie Crust

MGA TAGUBILIN
a) Talunin ang kamote, asukal, mantikilya, at itlog (2 itlog sa isang pagkakataon) sa loob ng 1 minuto.
b) Magdagdag ng vanilla extract, lemon extract, nutmeg, at cinnamon.
c) Talunin ng mabuti para sa 3-4 minuto
d) Ilipat ang batter sa 2 Deep Dish Pie Crust
e) Ang timpla ng patatas, dapat magmukhang cake batter, at lasa ng ice cream.
f) Maghurno sa isang 350 degrees na preheated oven, 55 hanggang 60 minuto.
g) Enjoy!

46. <u>Kalabasa pie</u>

Gumagawa ng : 8 Servings

MGA INGREDIENTS:
- 1 lata (30 oz.) Pumpkin Pie Mix
- 2/3 tasa ng Evaporated Milk
- 2 malalaking itlog, pinalo
- 1 hindi pa nilulutong 9-inch na pie shell

MGA TAGUBILIN:
a) Painitin muna ang oven sa 425 degrees Fahrenheit.
b) Sa isang malaking mixing bowl, pagsamahin ang pumpkin pie mix, evaporated milk, at mga itlog.
c) Ibuhos ang pagpuno sa pie shell.
d) Maghurno ng 15 minuto sa oven.
e) Itaas ang temperatura sa 350°F at maghurno ng isa pang 50 minuto.
f) Bigyan ito ng mahinang pag-iling upang makita kung ganap na itong lutong.
g) Palamigin ng 2 oras sa wire rack.

47. Southern Sweet Potato Pie

Gumagawa ng : 10 Servings

MGA INGREDIENTS:
- 2 tasang binalatan, nilutong kamote
- ¼ tasa ng tinunaw na mantikilya
- 2 itlog
- 1 tasang asukal
- 2 kutsarang bourbon
- 1/4 kutsarita ng asin
- 1/4 kutsarita ng giniling na kanela
- 1/4 kutsarita ng giniling na luya
- 1 tasang gatas

MGA TAGUBILIN:
a) Painitin ang hurno sa 350 degrees Fahrenheit.
b) Maliban sa gatas, ganap na pagsamahin ang lahat ng **INGREDIENTS:** sa isang electric mixer.
c) Idagdag ang gatas at patuloy na haluin kapag ang lahat ay ganap na pinagsama.
d) Ibuhos ang laman sa shell ng pie at maghurno ng 35–45 minuto, o hanggang sa malinis na lumabas ang isang kutsilyong inilagay malapit sa gitna.
e) Alisin mula sa refrigerator at payagan itong lumamig sa temperatura ng silid bago ihain.

48.   Italian artichoke pie

Gumagawa: 8 Servings

sangkap
- 3 Itlog; Binugbog
- 1 3 Oz Package Cream Cheese na may Chives; Lumambot
- ¾ kutsarita Bawang Pulbos
- ¼ kutsarita Paminta
- 1½ tasa Mozzarella Cheese, Part Skim Milk; Pinutol
- 1 tasa Keso ng ricotta
- ½ tasa Mayonnaise
- 1 14 Oz Can Artichoke Hearts; Natuyo
- ½ 15 Oz Can Garbanzo Beans, Canned; Binanlawan at Natuyo
- 1 2 1/4 Oz Latang Hiniwang Olibo; Natuyo
- 1 2 Oz Jar Pimientos; Diced at Drained
- 2 kutsara Parsley; Na-snipped
- 1 Pie Crust (9 Pulgada); Hindi naluto
- 2 maliliit kamatis; hiniwa

MGA TAGUBILIN:
a) Pagsamahin ang mga itlog, cream cheese, pulbos ng bawang, at paminta sa isang malaking palanggana. Pagsamahin ang 1 tasang mozzarella cheese, ricotta cheese, at mayonesa sa isang mixing bowl.
b) Haluin hanggang sa maayos ang lahat.
c) Gupitin ang 2 artichoke heart sa kalahati at itabi. Putulin ang natitirang bahagi ng mga puso.
d) Ihagis ang pinaghalong keso na may tinadtad na puso, garbanzo beans, olives, pimientos, at perehil. Punan ang pastry shell ng pinaghalong.
e) Maghurno ng 30 minuto sa 350 degrees. Ang natitirang mozzarella cheese at Parmesan cheese ay dapat iwiwisik sa ibabaw.
f) Maghurno para sa isa pang 15 minuto o hanggang sa set.
g) Iwanan upang magpahinga ng 10 minuto.
h) Sa itaas, ayusin ang mga hiwa ng kamatis at mga pusong artichoke sa apat na bahagi.

i)   maglingkod

49. Rustic Cottage Pie

Gumagawa ng 4 hanggang 6 na servings

MGA INGREDIENTS:
- Yukon Gold patatas, binalatan at diced
- 2 kutsarang vegan margarine
- 1/4 tasa ng plain unsweetened soy milk
- Asin at sariwang giniling na itim na paminta
- 1 kutsarang langis ng oliba
- 1 katamtamang dilaw na sibuyas, pinong tinadtad
- 1 medium carrot, pinong tinadtad
- 1 tadyang ng kintsay, pinong tinadtad
- 12 ounces seita n , pinong tinadtad
- 1 tasang frozen na mga gisantes
- 1 tasang frozen na butil ng mais
- 1 kutsarita na tuyo na malasang
- 1/2 kutsarita ng tuyo na thyme

Mga direksyon
a) Sa isang kasirola ng kumukulong inasnan na tubig, lutuin ang patatas hanggang malambot, 15 hanggang 20 minuto.
b) Patuyuin ng mabuti at ibalik sa kaldero. Idagdag ang margarine, soy milk, at asin at paminta sa panlasa.
c) Magaspang i-mash gamit ang potato masher at itabi. Painitin muna ang oven sa 350°F.
d) Sa isang malaking kawali, init ang mantika sa katamtamang init. Idagdag ang sibuyas, karot, at kintsay.
e) Takpan at lutuin hanggang malambot, mga 10 minuto. Ilipat ang mga gulay sa isang 9 x 13-inch baking pan. Haluin ang seitan, mushroom sauce, peas, corn, savory, at thyme.
f) Timplahan ng asin at paminta ayon sa panlasa at ikalat ang pinaghalong pantay sa baking pan.
g) Itaas ang niligis na patatas, kumakalat sa mga gilid ng baking pan. Maghurno hanggang sa ang mga patatas ay browned at ang pagpuno ay bubbly, mga 45 minuto.
h) Ihain kaagad.

50. Chicken, Leek at Mushroom Pie

Gumagawa: 6

MGA INGREDIENTS:
- 1 dami ng short crust pastry, pinalamig
- dagdag na gluten-free na plain (all purpose) na timpla ng harina upang igulong ang pastry
- 250g (2½ tasa) haras, tinadtad
- 2 medium leeks, pinutol
- 240g (2 tasa) kabute
- 240ml (1 tasa) puting alak
- 240ml (1 tasa) ng gatas
- 120ml (½ tasa) creme fresh
- 4 tbsp harina ng mais/gawgaw
- 700g (1½ lb.) dibdib ng manok
- ½ tsp sariwang giniling na itim na paminta
- ¼ tsp sea (kosher) na asin
- 2 tsp pinatuyong damo ng Provence
- 2 tsp ng langis ng oliba

MGA TAGUBILIN:
a) Hiwain ang mga leeks, banlawan at alisan ng tubig. Dice ang haras at hiwain ang mushroom.
b) Init ang 1 tsp ng langis ng oliba sa isang kawali sa katamtamang init at idagdag ang mga leeks at haras. Magluto ng 5 mins.
c) Idagdag ang mushroom at ipagpatuloy ang paggisa hanggang sa ginintuang. Ilipat sa isang plato/mangkok habang niluluto mo ang manok. Gupitin ang manok sa mga piraso ng laki ng kagat.
d) Init ang natitirang 1 tsp ng langis ng oliba sa kawali sa katamtamang init at lutuin ang mga piraso ng manok sa mga batch, hanggang sa ginintuang.
e) Ilipat ang mga nilutong batch sa parehong mangkok ng mga ginisang gulay. Kapag luto na ang lahat ng manok, ibalik ang manok/gulay sa kawali at ibuhos ang white wine.
f) Timplahan ng asin, paminta at idagdag ang mga tuyong damo. Dalhin hanggang kumulo at kumulo sa mahinang apoy sa loob ng 10 minuto.

g) I-dissolve ang corn flour/cornstarch sa gatas at haluin sa sauté pan. Patuloy na haluin sa kawali hanggang sa lumapot ang sauce. Alisin mula sa init at itakda sa isang gilid.

h) Painitin muna ang oven sa 170C fan, 375F, Gas Mark 5.

i) Kunin ang iyong pinalamig na kuwarta at igulong sa pagitan ng dalawang pinong hindi tinatablan ng langis na papel sa isang hugis na bahagyang mas malaki kaysa sa iyong pie dish.

j) Haluin ang Crème Fresh sa pinaghalong manok at ibuhos ito sa pie dish. Nasa greaseproof na papel pa rin, i-flip ang pastry at tanggalin ang sheet na ngayon ay nasa itaas.

k) Gamitin ang natitirang greaseproof na papel upang matulungan kang ilipat ang pastry sa ibabaw ng pie dish. Gupitin ang mga gilid at gupitin gamit ang dalawang daliri at hinlalaki.

l) Kung pakiramdam mo ay masining ka, i-roll muli ang anumang pastry trimmings at gupitin ang 4 na hugis ng dahon para sa dekorasyon.

m) I-brush ang pie top gamit ang natirang ekstrang egg/milk mix mula sa paggawa ng pastry, gupitin ang isang maliit na krus sa gitna at palamutihan ng mga hugis ng pastry leaf.

n) I-brush din ang mga ito gamit ang egg wash. Ilagay sa isang baking sheet at ilagay sa oven.

o) Maghurno ng 45 mins hanggang sa maging golden brown ang pie crust at mainit ang laman.

51. Pumpkin Pie na may Hint ng Rum

Gumagawa ng 8 servings

MGA INGREDIENTS:
Crust
- 11/4 tasang all-purpose na harina
- 1/4 kutsarita ng asin
- 1/2 kutsarita ng asukal
- 1/2 tasa ng vegan margarine, gupitin sa maliliit na piraso
- 3 kutsarang tubig ng yelo, at higit pa kung kinakailangan

Pagpupuno
- 1 (16-onsa) lata ng solid pack na kalabasa
- 1 (12-onsa) na pakete na sobrang matibay na silken tofu, pinatuyo at tinapik ng tuyo
- 1 tasang asukal
- Inihanda ang pinaghalong pamalit na itlog para sa 2 itlog (tingnan ang Vegan Baking)
- 1 kutsarang dark rum
- 1 kutsarang gawgaw
- 2 kutsarita ng giniling na kanela
- 1/2 kutsarita ng giniling na allspice
- 1/2 kutsaritang giniling na luya
- 1/2 kutsarita ng ground nutmeg

MGA TAGUBILIN:
a) Sa isang medium na mangkok, pagsamahin ang harina, asin, at asukal. Gumamit ng pastry blender o tinidor upang hiwain ang margarine hanggang ang timpla ay maging katulad ng mga magaspang na mumo. Idagdag ang tubig nang paunti-unti at timpla hanggang ang masa ay nagsimulang magkadikit. I-flatte ang kuwarta sa isang bilog na disk at balutin ito ng plastic wrap. Palamigin sa loob ng 30 minuto habang inihahanda mo ang pagpuno.
b) Sa isang food processor, pagsamahin ang kalabasa at tofu hanggang sa mahusay na pinaghalo. Idagdag ang asukal, egg replacer, maple syrup, rum, cornstarch, cinnamon, allspice,

luya, at nutmeg, ihalo hanggang sa makinis at maayos na pinagsama.

c) Painitin muna ang oven sa 400°F. I-roll out ang kuwarta sa isang lightly floured work surface sa halos 10 pulgada ang lapad. Ilagay ang kuwarta sa isang 9-inch na pie plate at gupitin at i-flute ang mga gilid.

d) Ibuhos ang pagpuno sa crust. Maghurno ng 15 minuto, pagkatapos ay bawasan ang temperatura ng oven sa 350°F at maghurno para sa isa pang 30 hanggang 45 minuto, o hanggang sa maitakda ang pagpuno. Hayaang lumamig sa temperatura ng silid sa isang wire rack, pagkatapos ay palamigin sa refrigerator sa loob ng 4 na oras o mas matagal pa.

52. G reen tomato pie

Gumagawa: 6 Servings

MGA INGREDIENTS:
Pastry para sa isang double-crust
½ tasang Asukal
2 kutsarita ng harina
1 limon; gadgad na balat ng
¼ kutsarita ng giniling na allspice
¼ kutsarita ng Asin
4 na tasang Green Tomato: alisan ng balat, hiwain
1 kutsarita Lemon juice
3 kutsarita Mantikilya

MGA TAGUBILIN:
a) Iguhit ang isang pie pan na may pie dough. Paghaluin ang asukal, harina, balat ng lemon, allspice, at asin.
b) Budburan lamang ito ng kaunti sa ilalim ng shell ng pie.
c) Ayusin ang mga hiwa ng kamatis, isang layer sa isang pagkakataon, habang tinatakpan mo ang bawat layer ng pinaghalong asukal, lemon juice, at isang tuldok ng mantikilya sa bawat hiwa.
d) Panatilihin ang layering hanggang sa maabot mo ang tuktok ng pie tin.
e) Takpan gamit ang latticed top at maghurno sa 350~ sa loob ng 45 minuto.

53. Asparagus pie

Gumagawa: 6 Servings

MGA INGREDIENTS:
- 1 pack (8-oz) frozen na asparagus
- 1 tasa cubed ham; niluto
- 1 tasa Kalahati at kalahati
- 1 lata (4-oz) na mushroom; pinatuyo
- 1 kutsarita ng Asin
- 3 Itlog; bahagyang pinalo
- ⅓ tasa tinadtad na sibuyas (opsyonal)
- 1 Hindi naluto; 9-pulgadang pie crust

MGA TAGUBILIN:
a) Magluto ng asparagus at alisan ng tubig. Pagsamahin ang Half at Half, sibuyas, mushroom at asin sa kasirola. Kumulo ng 1 minuto. Magdagdag ng isang maliit na halaga ng mainit na timpla sa mga itlog at haluing mabuti. Idagdag sa pinaghalong sa kawali, pagpapakilos upang timpla.
b) Ayusin ang pinatuyo na asparagus at ham sa crust. Ibuhos ang mainit na timpla.
c) Ang paminta at nutmeg ay maaaring iwiwisik nang bahagya sa ibabaw. Maghurno sa 400 sa loob ng 15 minuto; bawasan ang init sa 325 at maghurno ng 20-25 minuto o hanggang sa lumabas na malinis ang talim ng kutsilyo na ipinasok sa pie center.

NUT PIES

54. Pecan Pie

Gumagawa ng 8 servings

MGA INGREDIENTS:
Crust
- 11/4 tasang all-purpose na harina
- 1/4 kutsarita ng asin
- 1/2 kutsarita ng asukal
- 1/2 tasa ng vegan margarine, gupitin sa maliliit na piraso
- kutsarang tubig ng yelo, at higit pa kung kinakailangan

Pagpupuno
- 2 kutsarang gawgaw
- 1 tasang tubig
- 11/4 tasa purong maple syrup
- 1/2 kutsarita ng asin
- 2 kutsarang vegan margarine
- 1 kutsarita purong vanilla extract
- 2 tasang unsalted pecan halves, toasted

MGA TAGUBILIN:
a) Gawin ang crust: Sa isang malaking mangkok, pagsamahin ang harina, asin, at asukal. Gumamit ng pastry blender o tinidor upang hiwain ang margarine hanggang sa ang timpla ay maging katulad ng mga magaspang na mumo. Idagdag ang tubig nang paunti-unti at timpla hanggang ang masa ay nagsimulang magkadikit.
b) Paikutin ang kuwarta sa isang disk at balutin sa plastic wrap. Palamigin sa loob ng 30 minuto habang inihahanda mo ang pagpuno. Painitin muna ang oven sa 400°F.
c) Gawin ang pagpuno: Sa isang maliit na mangkok, pagsamahin ang cornstarch at ang 1/4 tasa ng tubig at itabi. Sa isang katamtamang kasirola, pagsamahin ang natitirang ¾ tasa ng tubig at maple syrup at pakuluan sa mataas na init. Pakuluan sa loob ng 5 minuto, pagkatapos ay idagdag ang asin at ang pinaghalong gawgaw, ihalo nang masigla. Patuloy na haluin at lutuin sa mataas na apoy hanggang sa lumapot at maging

malinaw ang timpla. Alisin sa apoy at ihalo ang margarine at vanilla.

d) I-roll out ang kuwarta sa isang lightly floured work surface sa halos 10 pulgada ang lapad. Ilagay ang kuwarta sa isang 9-inch na pie plate. Gupitin ang kuwarta at i-flute ang mga gilid. Tusukin ang mga butas sa ilalim ng kuwarta gamit ang isang tinidor. Maghurno hanggang sa ginintuang, mga 10 minuto, pagkatapos ay alisin sa oven at itabi. Bawasan ang temperatura ng oven sa 350°F.

e) Kapag natunaw na ang margarine, ibuhos ang filling sa prebaked crust. Ayusin ang kalahati ng mga pecan sa pagpuno, pinindot ang mga ito sa pinaghalong at ayusin ang natitirang kalahati sa tuktok ng pie. Maghurno ng 30 minuto. Palamigin sa isang rack ng halos 1 oras, pagkatapos ay palamigin hanggang sa lumamig.

55. Puting Chocolate Hazelnut Pie

Gumagawa ng 8 servings

MGA INGREDIENTS:
- 1 1/2 tasang vegan vanilla o chocolate cookie crumbs
- 1 tasang vegan white chocolate chips o piraso
- 1/4 tasa ng tubig
- 2 kutsarang Frangelico (hazelnut liqueur)
- 8 ounces extra-firm silken tofu, pinatuyo
- 1/4 tasa ng agave nectar
- 1 kutsarita purong vanilla extract
- 1/2 tasa ng dinurog na toasted hazelnuts, para sa dekorasyon
- 1/2 tasa ng mga sariwang berry, para sa dekorasyon

MGA TAGUBILIN:
a) Magpahid ng 8-inch na pie plate o springform pan at itabi.
b) Sa isang food processor, pagsamahin ang cookie crumbs at margarine at pulso hanggang sa mabasa ang mga mumo.
c) Pindutin ang pinaghalong mumo sa ilalim at gilid ng inihandang kawali. Palamigin hanggang kailanganin.
d) Matunaw ang puting tsokolate sa isang double boiler sa mababang init, patuloy na pagpapakilos. Itabi.
e) Sa isang high-speed blender, gilingin ang cashews sa isang pulbos. Idagdag ang tubig at Frangelico at timpla hanggang makinis. Idagdag ang tofu, agave nectar, at vanilla at timpla hanggang makinis. Idagdag ang tinunaw na puting tsokolate at iproseso hanggang mag-atas.
f) Ikalat ang halo sa inihandang kawali. Takpan at palamigin ng 3 oras, hanggang sa lumamig na mabuti.
g) Upang ihain, palamutihan ng mga durog na hazelnut at sariwang berry.

56.   Walang Gluten Easy Coconut Pie

Kabuuang Oras: 52 minuto

Gumagawa: 6-8

MGA INGREDIENTS:
- 2 itlog

- 1 1/2 tasa ng gatas

- 1/4 tasa ng mantikilya

- 1 1/2 tsp. vanilla extract

- 1 tasang hinimay na niyog (ginamit ko ang matamis)

- 1/2 tasa ng Monk Fruit (o ang gusto mong asukal)

- 1/2 tasa ng harina ng niyog

MGA TAGUBILIN:
a) Pahiran ng nonstick spray ang 6" pie plate at punuin ito ng batter. Ipagpatuloy ang pagsunod sa parehong mga tagubilin tulad ng nasa itaas.

b) Magluto sa Air Fryer sa 350 degrees sa loob ng 10 hanggang 12 minuto.

c) Suriin ang pie sa kalahati ng oras ng pagluluto upang matiyak na hindi ito nasusunog, bigyan ang plato ng isang turn, gumamit ng toothpick upang subukan kung ang doneness.

57.   B kakulangan ng walnut oatmeal pie

Gumagawa: 1 servings

MGA INGREDIENTS:
- 3 Itlog, bahagyang pinalo
- 1 tasang brown sugar, nakaimpake
- ½ tasa ng maitim na mais syrup
- ½ tasang evaporated milk
- ½ tasa ng mabilis na pagluluto ng mga rolled oats
- ½ tasa ng magaspang na tinadtad na itim na walnut
- ¼ tasa (4 Tbs.) mantikilya, natunaw
- 1 kutsarita ng Vanilla
- asin
- Unbaked pastry para sa single-crust pie

MGA TAGUBILIN:
a) Sa malaking mangkok ng paghahalo, pagsamahin ang mga itlog, asukal, syrup, gatas, oats, mani, mantikilya, banilya at ⅛ kutsarita ng asin, ihalo nang mabuti.

b) Linya ng 9-inch pie plate na may pastry, trim at flute edge. Ilagay ang plato sa oven rack at ibuhos sa pagpuno. Protektahan ang gilid ng pie gamit ang foil upang maiwasan ang sobrang browning. Maghurno sa 350F sa loob ng 25 minuto. Alisin ang foil.

c) Maghurno ng humigit-kumulang 25 minuto o hanggang sa itaas ay malalim na ginintuang kayumanggi at bahagyang puffy.

d) Ang pagpuno ay bahagyang malambot, ngunit matigas habang lumalamig ito.

e) Ganap na cool.

58. Acorn pie

Gumagawa: 1 servings

MGA INGREDIENTS:
- 3 puti ng itlog, pinalo ng matigas
- 1 kutsarita ng baking powder
- 1 tasang Asukal
- 1 kutsarita ng Vanilla
- 20 soda crackers
- (nabasag ang coarsley)
- ½ tasang Pecans, tinadtad

MGA TAGUBILIN:
a) Talunin ang mga puti ng itlog hanggang sa matigas; magdagdag ng baking powder at talunin pa.
b) Magdagdag ng asukal at banilya; matalo ulit.
c) Tiklupin ang mga crackers at pecans. Ilagay sa buttered pie plate at maghurno sa 300 degrees sa loob ng 30 minuto.
d) Hayaang lumamig at lagyan ng Cool Whip at tinadtad na pecan.

59. Almond macaroon cherry pie

Gumagawa: 6 na servings

MGA INGREDIENTS:
- 1 bawat Pie shell, 9 pulgada, hindi pa naluto
- 21 ounces pagpuno ng Cherry pie
- ½ kutsarita ng kanela
- 1 tasang niyog
- ½ tasang Almond, hiniwa
- ¼ tasa ng Asukal
- ⅛ kutsarita ng asin (opsyonal)
- ⅛ kutsarita ng asin (opsyonal)
- 1 kutsarita Lemon juice
- ¼ tasa ng Gatas
- 1 kutsarang Mantikilya, natunaw
- ¼ kutsarita ng almond extract
- 1 bawat Itlog, pinalo

MGA TAGUBILIN:
a) Painitin ang hurno sa 400F. I-roll out ang pie pastry at ilagay sa 9 inch pie pan. Sa malaking mangkok, pagsamahin ang pagpuno ng pie, kanela, asin at lemon juice. Maghalo nang bahagya. Kutsara sa crust-lined pie pan.
b) Maghurno ng 20 minuto.
c) Samantala, pagsamahin ang lahat ng topping ingredients sa medium bowl at haluin hanggang sa maghalo. Alisin ang pie mula sa oven pagkatapos ng 20 minuto, ikalat ang topping nang pantay-pantay sa ibabaw, at ibalik ang pie sa oven.
d) Maghurno ng karagdagang 15 hanggang 30 minuto, o hanggang sa maging golden brown ang crust at topping.

60. Amaretto chocolate chip pie

Gumagawa: 8 servings

MGA INGREDIENTS:
- 3 Itlog
- ¾ tasa ng Syrup, maitim na mais
- ½ tasang Asukal
- ¼ tasa Amaretto
- 2 kutsarang Mantikilya; natunaw
- ½ kutsarita ng Asin
- ½ tasa Chocolate chips, semisweet
- ½ tasang Almond, hiniwa
- 1 pie crust; hindi nakaluto
- Whipped cream o ice cream

MGA TAGUBILIN:
a) Painitin ang hurno sa 350 degrees. Sa malaking mangkok ng paghahalo, talunin ang mga itlog hanggang sa timpla. Haluin ang corn syrup, asukal, amaretto, mantikilya at asin. Magdagdag ng chocolate chips at almonds.
b) Ibuhos sa unbaked pie crust.
c) Maghurno ng 50 hanggang 60 minuto hanggang malinis ang kutsilyong inilagay sa pagitan ng gitna at gilid ng pie. Ganap na cool.
d) Ihain kasama ng whipped cream o ice cream.

61. S nickers bar pie

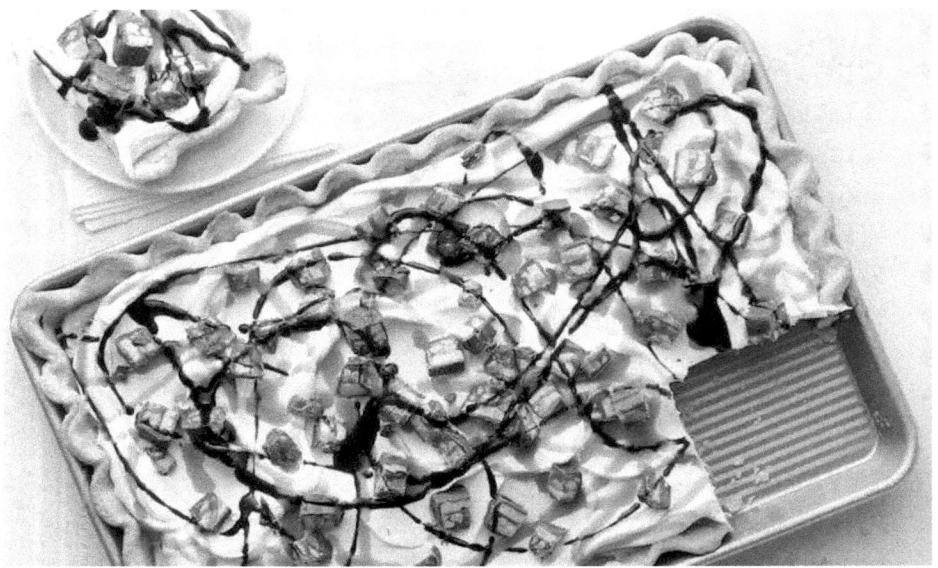

Gumagawa ng: 1 Servings

MGA INGREDIENTS:
- 1 (10 pulgada) pie shell, inihurnong
- 4 tasang Gatas
- 1 tasang Cool Whip
- 2 (3 3/4 oz.) box na instant Vanilla Pudding
- 3 (3 3/4 oz.) na kahon ng instant Chocolate Pudding
- 3 Snickers bar, gupitin sa 1/2 Inch na Piraso
- Cool Whip at mani para sa Palamuti

MGA TAGUBILIN:
a) Pagsamahin ang 1½ tasang gatas, vanilla pudding at ½ tasang Cool Whip.
b) Talunin hanggang napakakinis. Tiklupin ang mga tipak ng candy bar.
c) Ikalat sa inihurnong pie shell.
d) Pagsamahin ang natitirang gatas, Cool Whip, at chocolate pudding.
e) Talunin hanggang makinis.
f) Ikalat sa ibabaw ng vanilla layer. Palamuti.
g) Palamigin.

62. Cherry hazelnut crunch pie

Ginagawa: 1 Pie

MGA INGREDIENTS:
- ½ pack (10 oz.) pie crust mix
- ¼ tasa Packed light brown sugar
- ¾ tasa ng inihaw na Oregon hazelnuts, tinadtad
- 1 onsa Semi-matamis na tsokolate na gadgad
- 4 kutsarita ng Tubig
- 1 kutsarita ng Vanilla
- 8 ounces Pulang maraschino cherries
- 2 kutsarita ng Cornstarch
- ¼ tasa ng Tubig
- 1 gitling Asin
- 1 kutsarang Kirsch (opsyonal)
- 1 quart Vanilla ice cream

MGA TAGUBILIN:
a) Pagsamahin ang (½ pakete) pie crust mix na may asukal, nuts at tsokolate gamit ang pastry blender. Paghaluin ang tubig na may banilya. Iwiwisik ang pinaghalong mumo at haluin hanggang sa maihalo.
b) Lumiko sa isang well-greased 9-inch pie plate; pindutin nang mahigpit ang timpla sa ilalim at gilid. Maghurno sa 375 oven sa loob ng 15 minuto.
c) Cool sa rack. Takpan at hayaang tumayo ng ilang oras o magdamag. Alisan ng tubig ang mga cherry, nagreserba ng syrup. I-chop ang mga cherry nang magaspang.
d) Haluin ang syrup na may gawgaw, ¼ tasa ng tubig at asin sa kasirola; magdagdag ng mga cherry. Magluto sa mahina hanggang sa malinaw. Alisin mula sa init at palamig nang lubusan.
e) Magdagdag ng Kirsch at palamigin. Sandok ng ice cream sa pie shell.
f) Ibuhos ang cherry glaze sa ibabaw ng pie at ihain kaagad.

HERBED AT FLORAL PIES

63. Chocolate Mint Espresso Pie

Gumagawa ng 6 hanggang 8 servings

MGA INGREDIENTS:

- 2 tasang vegan chocolate cookies o mint-flavored chocolate sandwich cookies
- 1 (12-onsa) na pakete ng vegan semisweet chocolate chips
- 1 (12.3-onsa) na pakete ng firm na silken tofu, pinatuyo at gumuho
- 2 kutsarang purong maple syrup o agave nectar
- 2 kutsarang plain o vanilla soy milk
- 2 kutsarang crème de menthe
- 2 kutsarita ng instant espresso powder

MGA TAGUBILIN:

a) Painitin muna ang oven sa 350°F. Bahagyang langisan ang isang 8-inch na pie plate at itabi.

b) Kung gumagamit ng mga sandwich cookies, maingat na paghiwalayin ang mga ito, ireserba ang cream filling sa isang hiwalay na mangkok. Pinong giling ang cookies sa isang food processor. Idagdag ang vegan margarine at pulso hanggang sa maayos na maisama.

c) Pindutin ang pinaghalong mumo sa ilalim ng inihandang kawali. Maghurno ng 5 minuto. Kung gumagamit ng sandwich cookies, habang mainit pa ang crust, ikalat ang nakareserbang cream filling sa ibabaw ng crust. Itabi upang palamig, sa loob ng 5 minuto.

d) Matunaw ang chocolate chips sa isang double boiler o microwave. Itabi.

e) Sa isang blender o food processor, pagsamahin ang tofu, maple syrup, soy milk, crème de menthe, at espresso powder. Iproseso hanggang makinis

f) Haluin ang tinunaw na tsokolate sa pinaghalong tofu hanggang sa ganap na maisama. Ikalat ang pagpuno sa inihandang crust. Palamigin nang hindi bababa sa 3 oras upang itakda bago ihain.

64.   Rosemary, Sausage at Cheese Pie

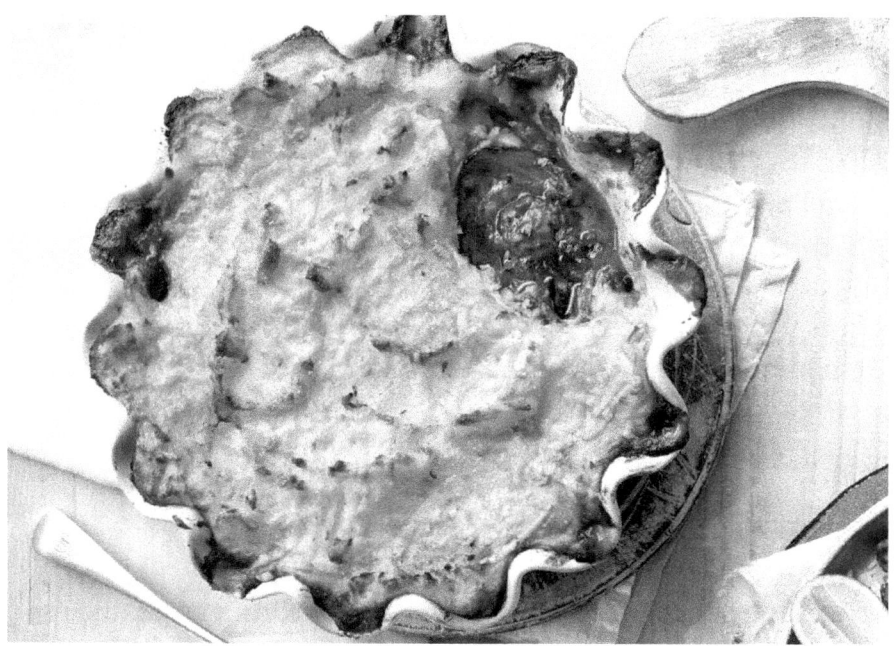

Gumagawa: 2

MGA INGREDIENTS:
- ¾ tasa cheddar cheese, gadgad
- ¼ tasa ng langis ng niyog
- 5 pula ng itlog
- ½ tsp rosemary
- ¼ tsp baking soda
- 1 ½ chicken sausage
- ¼ tasa ng harina ng niyog
- 2 kutsarang gata ng niyog
- 2 tsp lemon juice
- ¼ tsp cayenne pepper
- 1/8 tsp kosher na asin

MGA TAGUBILIN:
a) Itakda ang oven sa 350 F.
b) I-chop ang sausage, painitin ang kawali at lutuin ang sausage. Habang niluluto ang mga sausage, pagsamahin ang lahat ng mga tuyong sangkap sa isang mangkok. Sa isa pang mangkok pagsamahin ang lemon juice, langis, at gata ng niyog. Magdagdag ng mga likido sa tuyo na timpla at magdagdag ng ½ tasa ng keso; tiklop para pagsamahin at ilagay sa 2 ramekin.
c) Magdagdag ng mga lutong sausage sa batter at gumamit ng kutsara para itulak sa pinaghalong.
d) Maghurno ng 25 minuto hanggang sa ginintuang ibabaw. Ibabaw ng natirang keso at iprito sa loob ng 4 na minuto.
e) Ihain nang mainit.

65.   Lemon pansy pie

Gumagawa: 8 servings

MGA INGREDIENTS:
- Pastry Dough
- 2 itlog
- 3 Mga pula ng itlog
- ¾ tasa ng Asukal
- ½ tasa ng lemon juice
- 1 kutsarang Grated lemon skin
- 1 tasang mabigat na cream
- 1 pack ng Unflavored gelatin
- ¼ tasa ng Tubig
- Naka-kristal na pansy

MGA TAGUBILIN:
a) Sa isang 1-quart saucepan na may wire whisk, paghaluin ang mga itlog, pula ng itlog, asukal, lemon juice, at balat.
b) Magluto sa mahinang apoy, patuloy na hinahalo gamit ang isang kahoy na kutsara hanggang sa lumapot ang timpla at mabalot ang kutsara ng mga 10 minuto.
c) Salain at itabi.
d) Kapag lumalamig na ang pastry, painitin ang oven sa 400'F. Sa pagitan ng 2 sheet ng floured waxed paper, igulong ang pastry sa 11-pulgadang bilog. Alisin ang tuktok na sheet ng papel at baligtarin ang pastry sa isang 9-pulgadang pie plate, na hayaang lumawak ang labis sa gilid.
e) Alisin ang natitirang sheet ng waxed paper. I-fold ang labis na pastry sa ilalim upang ito ay maging pantay sa gilid ng plato.
f) Gamit ang isang tinidor, butasin ang ilalim at ang buong gilid ng pastry upang maiwasan ang pag-urong. Lagyan ng aluminum foil ang pastry at punuin ng hilaw na pinatuyong beans o timbang ng pie.
g) Maghurno ng pastry crust sa loob ng 15 minuto, alisin ang foil na may beans, at maghurno ng 10 hanggang 12 minuto o hanggang sa maging ginintuang ang crust. Palamigin nang buo ang crust sa wire rack.

h) Kapag lumamig na ang pastry crust, talunin ang cream hanggang sa mabuo ang soft peak, at itabi.
i) Sa isang kawali, pagsamahin ang gelatin at tubig, at init sa mahinang apoy, pagpapakilos hanggang sa matunaw ang gelatin.
j) Pukawin ang pinaghalong gelatin sa cooled lemon mixture. Tiklupin ang whipped cream sa pinaghalong lemon hanggang sa timpla. Ikalat ang lemon cream filling sa isang pastry crust at palamigin ng 2 oras o hanggang matigas.
k) Bago ihain, ilagay ang mga pansies sa gilid at sa gitna ng pie, kung ninanais.

PIES NG KARNE AT MANOK

66. Mga pie ng almusal ng itlog

Gumagawa: 4

MGA INGREDIENTS:
- 250g ng ready rolled puff pastry
- 4 na free-range na itlog
- 2 mushroom na hiniwa
- 6-8 hiwa ng streaky bacon
- Cherry Tomato's
- Sariwang thyme
- Pinatuyong pinausukang chilli flakes
- H andful g rated cheese na gusto mo

Mga direksyon
a) Una, hayaang lumamig ang iyong oven hanggang umabot sa 180°C.
b) Guritin ang iyong puff pastry sa apat na parisukat at ilagay sa isang baking pan na nilagyan ng baking paper para sa high heat baking.
c) Maghurno sa loob ng 10 minuto, o hanggang sa ang pastry ay lumubog at nagsimulang maging ginintuang kayumanggi.
d) Iprito ang iyong bacon . Idagdag ang mga mushroom at isang splash ng olive oil kapag nagsimula nang magluto ang bacon.
e) Pagkatapos alisin ang mga pie mula sa wood-fired oven, pindutin pababa ang gitna ng bawat isa upang bahagyang itaas ang mga gilid.
f) Ilagay ang bacon at mushroom sa itaas, na sinusundan ng masaganang pagwiwisik ng keso. Magdagdag ng ilang cherry tomatoes sa mga gilid kung sa tingin mo ay matapang.
g) Sa iyong wood burning oven, basagin ang isang itlog sa gitna ng bawat pie at magluto ng isa pang 10-15 minuto.
h) Kapag tapos na ang mga itlog, alisin ang mga ito mula sa kawali at tamasahin ang iyong masarap na almusal!

67. Keso at Sausage Pie

Gumagawa: 2

MGA INGREDIENTS:
- 1 ½ pirasong chicken sausage
- ½ tsp rosemary
- ¼ tsp baking soda
- ¼ tasa ng harina ng niyog
- ¼ tsp cayenne pepper
- 1/8 tsp asin
- 5 pula ng itlog
- 2 tsp lemon juice
- ¼ tasa ng langis ng niyog
- 2 kutsarang gata ng niyog
- ¾ cheddar cheese, gadgad

MGA TAGUBILIN:
a) Itakda ang oven sa 350 F.
b) I-chop ang sausage, painitin ang kawali at lutuin ang sausage. Habang niluluto ang mga sausage, pagsamahin ang lahat ng mga tuyong sangkap sa isang mangkok. Sa isa pang mangkok pagsamahin ang mga pula ng itlog, lemon juice, mantika at gata ng niyog. Magdagdag ng mga likido sa tuyo na timpla at magdagdag ng ½ tasa ng keso; tiklop para pagsamahin at ilagay sa 2 ramekin.
c) Magdagdag ng mga lutong sausage sa batter at gumamit ng kutsara para itulak sa pinaghalong.
d) Maghurno ng 25 minuto hanggang sa ginintuang ibabaw. Ibabaw ng natirang keso at iprito sa loob ng 4 na minuto.
e) Ihain nang mainit.

68. Rosemary, Chicken Sausage Pie

Gumagawa: 2

MGA INGREDIENTS:
- ¾ tasa cheddar cheese, gadgad
- ¼ tasa ng langis ng niyog
- 5 pula ng itlog
- ½ tsp rosemary
- 1/4 tsp baking soda
- 1 ½ chicken sausage
- ¼ tasa ng harina ng niyog
- 2 kutsarang gata ng niyog
- 2 tsp lemon juice
- 1 tsp cayenne pepper
- 1/8 tsp kosher na asin

MGA TAGUBILIN:
a) Itakda ang oven sa 350 F.
b) I-chop ang sausage, painitin ang kawali at lutuin ang sausage. Habang niluluto ang mga sausage, pagsamahin ang lahat ng mga tuyong sangkap sa isang mangkok. Sa isa pang mangkok pagsamahin ang lemon juice, langis, at gata ng niyog. Magdagdag ng mga likido sa tuyo na timpla at magdagdag ng ½ tasa ng keso; tiklop para pagsamahin at ilagay sa 2 ramekin.
c) Magdagdag ng mga lutong sausage sa batter at gumamit ng kutsara para itulak sa pinaghalong.
d) Maghurno ng 25 minuto hanggang sa ginintuang ibabaw. Ibabaw ng natirang keso at iprito sa loob ng 4 na minuto.
e) Ihain nang mainit.

69. <u>Chicken pie</u>

Gumagawa: 5

MGA INGREDIENTS:
- ½ lb. walang buto na hita ng manok na hiniwa sa maliliit na piraso
- 3.5 oz bacon, tinadtad
- 1 karot, tinadtad
- ¼ tasa ng perehil, tinadtad
- 1 tasang mabigat na cream
- 2 siouyas na sibuyas, tinadtad
- 1 tasang puting alak
- 1 kutsarang langis ng oliba
- Asin at paminta para lumasa

PARA SA CUSTO
- 1 tasang almond meal
- 2 kutsarang tubig
- 1 kutsara ng stevia
- 1½ kutsarang mantikilya
- ½ tsp asin

MGA TAGUBILIN:
a) Ihanda muna ang crust sa pamamagitan ng pagsasama-sama ng lahat ng sangkap nito . Itabi.
b) Init ang langis ng oliba sa isang kawali sa katamtamang mataas na apoy. Itapon ang tinadtad na leeks at ihalo. Ilipat sa isang plato.
c) Itapon ang karne ng manok at bacon at lutuin hanggang kayumanggi at idagdag ang leeks.
d) Idagdag ang mga karot at ibuhos ang puting alak at pagkatapos ay bawasan ang apoy sa medium.
e) Idagdag ang perehil at ibuhos ang mabigat na cream sa haluing mabuti. Ilipat sa isang baking dish.
f) Takpan ng inihandang crust at ilagay sa oven para maluto hanggang sa maging golden brown at malutong ang crust.
g) Hayaang magpahinga ng 20 minuto bago ihain.

70.   M oose pie

Gumagawa: 1 servings

MGA INGREDIENTS:
- 1½ pounds Moose steak, cubed 1/2 c. harina
- 1 medium na sibuyas, tinadtad
- 1 sibuyas tinadtad na bawang
- 3 kutsarang Langis
- 2 tasang Tubig
- 2 kutsarang Worcestershire sauce
- 1 kutsarita ng Marjoram
- 1 kutsarita ng Thyme
- 1 kutsarita buto ng kintsay
- 1 kutsarita ng Asin
- ½ kutsarita ng Paminta
- 1 dahon ng bay
- Diced na patatas at karot
- Mga frozen na gisantes o green beans
- Pie crust

MGA TAGUBILIN:
a) Iling ang cubed steak sa plastic bag na may harina, ilang cube sa isang pagkakataon.
b) Brown moose at mga sibuyas at bawang sa pinainit na mantika, hanggang sa maging kayumanggi ang Moose. Magdagdag ng tubig, herbs, Worcestershire sauce, asin at paminta.
c) Pakuluan, bawasan ang init, kumulo ng 1½ oras. Magdagdag ng patatas at karot, magluto ng humigit-kumulang 30 hanggang 45 minuto. Magdagdag ng mga gisantes. Ibuhos sa pie pan. Takpan ng pie crust, flute edge, gupitin ang mga hiwa sa itaas.
d) Maghurno ng 15 hanggang 20 minuto o hanggang ang crust ay maganda ang browned.

GRAIN AT PASTA PIES

71. Hindi-Kaya-Corny Tamale Pie

Gumagawa: 8

MGA INGREDIENTS:
- 2 kutsarita ng langis ng gulay, o kung kinakailangan
- 1 maliit na sibuyas, tinadtad
- 1 ½ pounds ground beef
- 1 (15 onsa) lata pinto beans, banlawan at pinatuyo
- 1 (15 onsa) lata ng black beans, hinuhugasan at pinatuyo
- ½ tasang ginutay-gutay na Mexican cheese timpla
- 1 (14 onsa) na de-diced na kamatis na may berdeng sili
- 2 (8.5 onsa) na pakete ng corn bread mix
- ⅔ tasa ng gatas
- 2 malalaking itlog

Mga direksyon
a) Painitin ang hurno sa 400 degrees F (200 degrees C).
b) Init ang mantika sa isang cast-iron skillet sa medium-high heat; igisa ang sibuyas hanggang sa bahagyang kayumanggi, 5 hanggang 10 minuto. Magdagdag ng giniling na karne ng baka; lutuin at haluin hanggang ma brown ang karne ng baka at madurog, 5 hanggang 10 minuto. Paghaluin ang pinto beans at black beans sa beef mixture.
c) Budburan ang Mexican cheese blend sa beef-bean mixture; gumalaw. Paghaluin ang mga tinadtad na kamatis green chile peppers sa beef-bean mixture.
d) Paghaluin ang corn bread mix, gatas, at mga itlog sa isang mangkok hanggang sa makinis ang batter. Paglaganap batter sa ibabaw ng beef-bean mixture.
e) Maghurno sa preheated oven hanggang magpasok ng toothpick sa gitna ng cornbread lumalabas na malinis, 15 hanggang 20 minuto.

72. S paghetti meatball pie

Gumagawa: 4-6

MGA INGREDIENTS:
- 1 - 26 oz. bag ng beef Meatballs
- 1/4 tasa tinadtad na berdeng paminta
- 1/2 tasa tinadtad na sibuyas
- 1 - 8 oz. pakete ng spaghetti
- 2 itlog, bahagyang pinalo
- 1/2 tasa gadgad na Parmesan cheese
- 1-1/4 na tasa ng ginutay-gutay na mozzarella cheese
- 26 oz. garapon chunky spaghetti sauce

MGA TAGUBILIN:
a) Painitin ang oven sa 375ºF. Igisa ang mga sili at sibuyas hanggang lumambot, mga 10 minuto. Itabi.
b) Magluto ng spaghetti, alisan ng tubig at banlawan ng malamig na tubig at patuyuin. Ilagay sa malaking mixing bowl.
c) Magdagdag ng mga itlog at Parmesan cheese at pukawin upang pagsamahin. Pindutin ang timpla sa ilalim ng na-spray na 9" na

pie plate. Itaas ang 3/4 tasa ng ginutay-gutay na mozzarella cheese. I-thaw ang frozen meatballs sa microwave sa loob ng 2 minuto.

d) Hatiin ang bawat bola-bola sa kalahati. Ilagay ang halves ng meatball sa pinaghalong keso. Pagsamahin ang spaghetti sauce na may nilutong sili at sibuyas.

e) Kutsara sa layer ng meatball. Maluwag na takpan ng foil at maghurno ng 20 minuto.

f) Alisin sa oven at iwiwisik ang 1/2 cup mozzarella cheese sa pinaghalong spaghetti sauce.

g) Patuloy na maghurno nang walang takip para sa isa pang 10 minuto hanggang sa bubbly. Gupitin sa mga wedges at ihain.

73. Sesame Spinach Noodle Pie

Gumagawa ng 4 na servings

- ¾ tasa tahini (sesame paste)
- 3 sibuyas ng bawang, tinadtad nang magaspang
- 3 kutsarang malambot na puting miso paste
- 3 kutsarang sariwang lemon juice
- 1/4 kutsaritang giniling na cayenne
- 1 tasang tubig
- 8 ounces linguine, nahati sa ikatlo
- 9 ounces sariwang sanggol spinach
- 1 kutsarang toasted sesame oil
- 2 kutsarang linga

MGA TAGUBILIN:

a) Painitin muna ang oven sa 350°F. Sa isang food processor, pagsamahin ang tahini, bawang, miso, lemon juice, cayenne, at tubig at iproseso hanggang makinis. Itabi.

b) Lutuin ang linguine sa isang malaking kasirola ng kumukulong tubig na inasnan, paminsan-minsang pagpapakilos, hanggang sa al dente, mga 10 minuto. Idagdag ang spinach, ihalo hanggang malanta, mga 1 minuto.

c) Patuyuin ng mabuti, at pagkatapos ay bumalik sa palayok. Idagdag ang mantika at ang tahini sauce at ihalo upang ihalo nang mabuti.

d) Ilipat ang pinaghalong sa isang 9-inch deep-dish pie plate o round baking pan. Budburan ng sesame seeds at maghurno hanggang mainit, mga 20 minuto. Ihain kaagad.

74.   ako ng spaghetti pie

Gumagawa: 4 na servings

MGA INGREDIENTS:
- 6 ounces na spaghetti
- 2 kutsarang Mantikilya o margarin
- ⅓ tasa Grated Parmesan cheese
- 2 mahusay na pinalo na mga itlog
- 1 tasa ng cottage cheese
- 1 libra Ground beef o bulk sausage ng baboy
- ½ tasang tinadtad na sibuyas
- ¼ tasa tinadtad na berdeng paminta
- 1 (8 oz.) lata ng kamatis, dinurog
- 1 (6 oz.) lata ng tomato paste
- 1 kutsarita ng Asukal
- 1 kutsarita Pinatuyong oregano, durog
- ½ kutsarita ng bawang asin
- ½ tasang ginutay-gutay na mozzarella cheese

MGA TAGUBILIN:
a) Magluto ng spaghetti at alisan ng tubig - haluin ang mantikilya o margarin sa mainit na spaghetti. Paghaluin ang Parmesan cheese at mga itlog. Bumuo ng spaghetti mixture sa isang crust, sa isang buttered 10 inch pie plate.
b) Ikalat ang cottage cheese sa ilalim ng spaghetti crust. Sa kawali lutuin ang giniling na karne ng baka, sibuyas at berdeng paminta hanggang malambot ang mga gulay at kayumanggi ang karne.
c) Alisin ang labis na taba. Paghaluin ang mga kamatis na walang tubig, tomato paste, asukal, oregano at asin. Painitin ng maigi. Gawing crust ang pinaghalong karne.
d) Maghurno nang walang takip sa 350 degree oven sa loob ng 20 minuto. Budburan ang mozzarella cheese. Maghurno ng 5 minuto o hanggang matunaw ang keso.

75. Pie ng mais

Gumagawa: 8 Servings

MGA INGREDIENTS:
- ½ tasa ng Margarine o iba pang pagpapaikli
- 1 kutsarita ng Vanilla
- 1 tasang Gatas, o kapalit ng gatas
- 3 itlog, o 1 buong itlog at 3 puti ng itlog
- 1 tasang harina
- 1 kutsarita ng baking powder
- 1 dash Salt (opsyonal)
- 2 lata (16 oz) creamed corn

MGA TAGUBILIN:
a) Idagdag ang lahat ng sangkap maliban sa mais at haluing mabuti.
b) Idagdag ang mais, ihalo.
c) Maghurno sa 350 degrees hanggang matibay, mga isang oras.

MAANGANG NA PIES

76.   Lumang Caramel Pie

Gumagawa ng: 1 - 9-pulgadang pie

MGA INGREDIENTS:
- 1 (9 pulgada) pie shell, inihurnong
- 1 tasang puting asukal
- ⅓ tasa ng all-purpose na harina
- ⅛ kutsarita ng asin
- 2 tasang gatas
- 4 na malalaking itlog yolks egg yolks, pinalo
- 1 tasang puting asukal

Mga direksyon
a) Sa isang katamtamang kasirola, paghaluin ang 1 tasa ng asukal, harina, asin, gatas, at mga pula ng itlog, haluin hanggang makinis. Magluto sa katamtamang apoy hanggang sa makapal at may bula, patuloy na pagpapakilos. Alisin sa init at itabi.
b) Budburan ang natitirang 1 tasa ng asukal sa isang 10 pulgadang cast iron skillet. Magluto sa katamtamang init, patuloy na pagpapakilos hanggang sa maging karamelo ang asukal.
c) Alisin mula sa init at maingat na ibuhos sa mainit na pinaghalong cream. Haluin hanggang makinis. Ibuhos ang timpla sa pastry. Palamigin nang lubusan at ihain na may whipped cream

77.   Cinnamon-Sugar Apple Pie

Gumagawa: 10

MGA INGREDIENTS:
- 2-1/2 tasa ng all-purpose na harina
- 1/2 kutsarita ng asin
- 1-1/4 tasa malamig na mantika
- 6 hanggang 8 kutsarang malamig na 2% na gatas

PAGPUPUNO:
- 2-1/2 tasa ng asukal
- 1 kutsarita ng giniling na kanela
- 1/2 kutsarita ng giniling na luya
- 9 tasa ng manipis na hiniwang binalatan na maasim na mansanas (mga 9 medium)
- 1 kutsarang bourbon, opsyonal
- 2 kutsarang all-purpose na harina
- Dash salt
- 3 tablespoons malamig na mantikilya, cubed
- 1 kutsarang 2% na gatas
- 2 kutsarita ng magaspang na asukal

Mga direksyon

a) Sa sang malaking mangkok, paghaluin ang harina at asin; hiwain sa mantika hanggang gumuho. Dahan-dahang magdagdag ng gatas, ihagis gamit ang isang tinidor hanggang sa magkadikit ang masa kapag pinindot. Hatiin ang kuwarta sa kalahati. Hugis bawat isa sa isang disk; balutin sa plastik. Palamigin ng 1 oras o magdamag.

b) Para sa pagpuno, sa isang malaking mangkok, ihalo ang asukal, kanela at luya. Magdagdag ng mga mansanas at ihalo sa amerikana. Takpan; hayaang tumayo ng 1 oras upang payagan ang mga mansanas na maglabas ng mga katas, paminsan-minsang pagpapakilos.

c) Alisan ng tubig ang mga mansanas, magreserba ng syrup. Maglagay ng syrup at, kung ninanais, bourbon sa isang maliit na kasirola; pakuluan. Bawasan ang init; kumulo, walang takip, 20-25 minuto o hanggang sa bahagyang lumapot ang timpla at maging katamtamang kulay ng amber. Alisan sa init; cool na ganap.

d) Painitin muna ang hurno sa 400°. Ihagis ang pinatuyo na mansanas na may harina at asin. Sa ibabaw ng bahagyang floured, igulong ang kalahati ng kuwarta sa isang 1/8-in.-makapal na bilog; ilipat sa isang 10-in. cast-iron o iba pang malalim na ovenproof na kawali. Gupitin ang pastry kahit na may rim. Magdagdag ng timpla ng mansanas. Ibuhos ang cooled syrup sa ibabaw; tuldok na may mantikilya.

e) Igulong ang natitirang kuwarta sa isang 1/8-in.-kapal na bilog. Ilagay sa ibabaw ng pagpuno. Putulin, selyo at gilid ng plauta. Gupitin ang mga hiwa sa itaas. I-brush ang gatas sa pastry; budburan ng magaspang na asukal. Ilagay sa isang foil-lined baking sheet. Maghurno ng 20 minuto.

f) Bawasan ang setting ng oven sa 350°. Maghurno ng 45-55 minuto o hanggang ang crust ay maging golden brown at ang laman ay bubbly. Palamigin sa isang wire rack.

78.   Dirty Skillet Salted Caramel Apple Pie

Gumagawa: 7 Servings

MGA INGREDIENTS:
PIE CRUST (GUMAWA NG 2 CRUSTS):
- 2 ½ tasang All Purpose Flour
- 1 kutsarita ng Kosher Salt
- 1 kutsarang butil na asukal
- ½ libra malamig na unsalted butter
- 1 tasang malamig na tubig
- ¼ tasang apple cider vinegar

CARAMEL (MAY SAPAT PARA SA 2 PIES):
- 1 tasa ng butil na asukal
- ¼ tasa ng unsalted butter
- ½ tasang mabigat na whipping cream
- ½ kutsarita ng asin sa dagat

APPLE PIE FILLING (SAPAT PARA SA 1 PIE):
- 3 pounds Granny Smith Apples
- 1 kutsarang butil na asukal
- Lemon juice, kung kinakailangan (humigit-kumulang ¼ tasa)
- 2-3 gitling ng Angostura Bitters
- ⅓ tasa ng asukal sa hilaw
- ¼ kutsarita ng giniling na kanela
- ¼ kutsarita na giniling na Allspice
- Kurot ng bagong gadgad na nutmeg
- ¼ kutsarita ng Kosher na asin
- 2 kutsarang All Purpose Flour
- 2 kutsarang gawgaw
- 1 itlog (para sa paghugas ng itlog)
- Asukal sa hilaw para matapos

MGA TAGUBILIN:
PARA SA PIE CRUST:
a) Paghaluin ang harina, asin, at asukal sa isang mangkok.
b) Gumamit ng cheese grater upang lagyan ng rehas ang malamig na mantikilya sa pinaghalong harina.

c) Hiwalay, pagsamahin ang tubig at suka sa isang maliit na mangkok. Panatilihing malamig.
d) Gamit ang iyong mga kamay upang pagsamahin, dahan-dahang magdagdag ng 2 kutsara sa isang oras ng pinaghalong tubig/suka sa pinaghalong harina hanggang sa pinagsama. Ang ilan
e) maaaring manatili ang mga tuyong piraso; ito ay okay.
f) Hatiin ang kuwarta sa 2 bahagi at ibalot ang bawat seksyon nang hiwalay sa plastic wrap. Ilagay sa refrigerator upang palamig nang hindi bababa sa isang oras o magdamag.
g) I-ro l out ang isang seksyon ng pinalamig na pie dough nang hiwalay (bawat seksyon ay isang crust) sa isang bahagyang flou red surface.
h) Ilagay ang rolled crust sa isang 9-inch na greased pie pan.

PARA SA KARAMEL:
i) Sa isang kasirola, matunaw ang asukal sa mababang init. HUWAG hayaan itong masunog.
j) Kapag natunaw ang asukal, alisin sa init. Ihalo sa mantikilya.
k) Haluin ang heavy whipping cream at sea salt.
l) Hayaang lumamig.

PARA SA APPLE PIE FILLING:
m) Balatan, ubusin, at i-chop ang mga mansanas. Ilagay sa 8-quart na lalagyan. Ihagis ang bawat piraso na may lemon juice at 1 kutsara ng granulated sugar.
n) Budburan ang mga mansanas ng Bitters, asukal sa hilaw, giniling na kanela, Allspice, nutmeg, kosher salt, all-purpose flour, at cornstarch.
o) Ha uing mabuti.
p) Ilagay nang mahigpit ang mga mansanas sa iyong inihandang pie shell, ibinundok nang bahagya ang mga mansanas sa gitna.
q) Ibuhos ang ¾ tasa ng cooled caramel sauce nang pantay-pantay sa mga mansanas.
r) Igulong ang natitirang pie crust dough bilang tuktok na crust para sa pie; lumikha ng sala-sala, kung ninanais. I-crimp ang mga gilid ng dalawang pie crust nang magkasama.
s) Palamigin ang pie sa loob ng 10-15 minuto bago i-bake.

t) Maghurno ng 20 minuto sa 400 degrees; maghurno ng karagdagang 30 minuto sa 375 degrees. Siguraduhing paikutin ang pie kung madilim sa isang gilid habang nagluluto.

u) Hayaang palamigin ng 2-3 oras bago ihain. Gupitin sa 7 hiwa.

79. Eggnog parfait pie

Gumagawa: 6 Servings

MGA INGREDIENTS:
- 1 pack ng Lemon-flavored gelatin
- 1 tasang mainit na tubig
- 1-pint Vanilla ice cream
- ¼ kutsarita ng Nutmeg
- ¾ kutsarita na pampalasa ng Rum
- 2 Pinalo na mga pula ng itlog
- 2 pinatigas na puti ng itlog
- 4 hanggang 6 na baked pastry tart shell
- Whipped cream Candy decorettes

MGA TAGUBILIN:
a) I-dissolve ang gelatin sa mainit na tubig.
b) Gupitin ang ice cream sa 6 na piraso, idagdag sa guaman, at haluin hanggang matunaw. Palamigin hanggang sa bahagyang itakda.
c) Magdagdag ng nutmeg at pampalasa.
d) Haluin ang pula ng itlog, at tiklupin ang puti ng itlog.
e) Ibuhos sa mga pinalamig na tart shell, at palamigin hanggang sa set.
f) Itaas ang whipped cream at budburan ng mga decorette ng kendi.

80. Pumpkin Spice Tiramisu Pie

Gumagawa: Isang 9-inch na pie

MGA INGREDIENTS:
- 1 ½ tasang mabigat na cream
- 2 malalaking itlog, pinaghiwalay
- ⅓ tasa at 1 kutsarang asukal
- 1 tasa ng mascarpone, sa temperatura ng kuwarto
- ½ tasa ng de-latang pumpkin puree
- 1 ½ kutsarita ng pumpkin pie spice
- 1 ½ tasang brewed espresso, sa room temperature
- 5.3-onsa na pakete ng ladyfingers
- Bittersweet o semisweet na tsokolate, para sa pag-ahit

MGA TAGUBILIN:
a) Sa mangkok ng isang stand mixer na nilagyan ng whisk attachment, talunin ang cream sa medium-high speed hanggang sa mabuo ang stiff peak; ilipat sa isang maliit na mangkok at palamigin.
b) Sa nalinis na mangkok ng stand mixer na nilagyan ng nalinis na whisk attachment, talunin ang mga puti ng itlog sa mataas na bilis hanggang sa mabuo ang malambot na mga taluktok. Magdagdag ng 1 kutsarang asukal at talunin hanggang sa mabuo ang stiff peak; ilipat sa isang maliit na mangkok.
c) Sa nalinis na mangkok ng stand mixer na nilagyan ng nalinis na whisk attachment, talunin ang mga pula ng itlog at ang natitirang ⅓ tasa ng asukal sa mataas na bilis hanggang sa lumapot at maputlang dilaw. Dahan-dahang tiklupin ang mascarpone, pumpkin puree, pumpkin pie spice, at ang ikatlong bahagi ng whipped cream sa pinaghalong pula ng itlog. Dahan-dahang tiklupin ang whipped egg whites at palamigin.
d) Ilagay ang espresso sa isang mababaw na plato. Isawsaw ang magkabilang gilid ng ladyfingers sa espresso at ayusin ang mga ito sa isang 9-pulgadang pie dish upang ganap na mapantayan ang ilalim. Itaas ang kalahati ng pinaghalong pumpkin, mas maraming espresso-dipped ladyfingers, at ang natitirang

pumpkin mixture. Itaas ang pie kasama ang natitirang whipped cream at chocolate shavings. Palamigin sa loob ng 8 oras o hanggang magdamag, hanggang handa nang ihain.

81. Cinnamon bun pie

MGA INGREDIENTS:
- ½ serving Mother Dough, proofed
- 30 g harina, para sa pag-aalis ng alikabok [3 kutsara]
- 80 g brown butter [¼ tasa]
- 1 serving ng Liquid Cheesecake
- 60 g light brown sugar [¼ cup tightly packed]
- 1 g kosher salt [¼ kutsarita]
- 2 g giniling na kanela [1 kutsarita]
- 1 serving Cinnamon Streusel

Mga direksyon
a) Painitin ang oven sa 350°F.
b) Push down at patagin ang proofed dough.
c) Kumuha ng isang kurot ng harina at itapon ito sa ibabaw ng isang makinis na tuyong countertop na parang nilaktawan mo ang isang bato sa tubig, upang bahagyang mabalutan ang counter. Kumuha ng isa pang kurot ng harina at bahagyang lagyan ng alikabok ang isang rolling pin. Gamitin ang rolling pin upang i-flat ang punched-down na bilog ng dough, pagkatapos ay i-roll out ang dough gamit ang rolling pin o iunat ang dough sa pamamagitan ng kamay na parang gumagawa ka ng pizza mula sa simula. Ang iyong pangwakas na layunin ay lumikha ng isang malaking bilog na humigit-kumulang 11 pulgada ang lapad. Itago ang iyong 10-pulgadang pie tin sa malapit para sa sanggunian. Ang 11-inch dough round ay dapat na ¼ hanggang ½ pulgada ang kapal.
d) Dahan-dahang ilagay ang kuwarta sa pie tin. Paghalili sa pagitan ng paggamit ng iyong mga daliri at palad ng iyong mga kamay upang pindutin nang mahigpit ang masa sa lugar. Ilagay ang pie tin sa isang sheet pan.
e) Gamitin ang likod ng isang kutsara upang ikalat ang kalahati ng brown butter sa isang pantay na layer sa ibabaw ng kuwarta.

f)   Gamitin ang likod ng isa pang kutsara (hindi mo gusto ang brown butter sa iyong creamy white cheesecake layer!) upang ikalat ang kalahati ng likidong cheesecake sa pantay na layer sa ibabaw ng brown butter. Ikalat ang natitirang brown butter sa pantay na layer sa likidong cheesecake.

g)   Ikalat ang brown sugar sa ibabaw ng brown butter. Tamp down ito gamit ang likod ng iyong kamay upang makatulong na panatilihin ito sa lugar. Pagkatapos ay iwisik nang pantay-pantay ang asin at kanela.

h)   Ngayon para sa pinakamahirap na layer: ang natitirang likidong cheesecake. Manatiling cool, at ikalat ito nang malumanay hangga't maaari upang makamit ang pinakapantay na layer na posible.

i)   Iwiwisik ang Streusel nang pantay-pantay sa ibabaw ng layer ng cheesecake. Gamitin ang likod ng iyong kamay upang i-secure ang Streusel.

j)   Maghurno ng pie sa loob ng 40 minuto. Ang crust ay puff at brown, ang liquid cheesecake ay magiging matatag, at ang Streusel topping ay crunch up at brown. Pagkatapos ng 40 minuto, malumanay na kalugin ang kawali. Ang gitna ng pie ay dapat na bahagyang jiggly. Ang pagpuno ay dapat itakda patungo sa mga panlabas na hangganan ng pie tin. Kung ang ilan sa mga pagpuno ay lumabas sa sheet pan sa ibaba, huwag mag-alala—isipin itong meryenda para sa ibang pagkakataon. Kung kinakailangan, maghurno ng karagdagang 5 minuto, hanggang sa matugunan ng pie ang paglalarawan sa itaas.

k)   Palamigin ang pie sa isang wire rack. Upang mag-imbak, palamig nang buo ang pie at balutin nang mabuti sa plastic wrap. Sa refrigerator, ang pie ay mananatiling sariwa sa loob ng 3 araw (ang crust ay mabilis na nagiging lipas); sa freezer, ito ay magtatagal ng 1 buwan.

l)   Kapag handa ka nang ihain ang pie, alamin na ito ay pinakamahusay na ihain nang mainit-init! Hiwain at i-microwave ang bawat hiwa nang mataas sa loob ng 30 segundo, o painitin ang buong pie sa 250°F oven sa loob ng 10 hanggang 20 minuto, pagkatapos ay hiwain at ihain.

82. Oatmeal cinnamon ice cream

Gumagawa ng humigit-kumulang 1 quart

MGA INGREDIENTS:
- Blangkong Ice Cream Base
- 1 tasang oats
- 1 kutsarang giniling na kanela

MGA TAGUBILIN:
a) Ihanda ang blangko na base ayon sa mga tagubilin.
b) Sa isang maliit na kawali sa katamtamang init, pagsamahin ang mga oats at cinnamon. Toast, regular na hinahalo, sa loob ng 10 minuto, o hanggang sa browned at mabango.
c) Upang mag-infuse, idagdag ang toasted cinnamon at oats sa base habang lumalabas ang mga ito sa kalan at hayaang matarik nang mga 30 minuto. Gamit ang isang mesh strainer na itinakda sa ibabaw ng isang mangkok; pilitin ang solids, pagdiin upang matiyak na makakakuha ka ng mas maraming flavored cream hangga't maaari. Maaaring dumaan ang kaunting oatmeal pulp, pero okay lang—masarap! Ireserba ang mga solidong oatmeal para sa recipe ng oatmeal!

d) Mawawalan ka ng ilang halo sa pagsipsip, kaya ang Mga Make sa ice cream na ito ay magiging bahagyang mas mababa kaysa karaniwan.

e) Itab ang halo sa iyong refrigerator magdamag. Kapag handa ka nang gawin ang ice cream, haluin muli ito gamit ang immersion blerder hanggang makinis at mag-atas.

f) Ibuhos sa isang tagagawa ng ice cream at i-freeze ayon sa mga tagubilin ng gumawa. Itabi sa isang lalagyan na hindi tinatagusan ng hangin at i-freeze magdamag.

83. **Amaretto coconut pie**

Gumagawa ng: 1 - 9 pulgadang pie

MGA INGREDIENTS:
- ¼ tasa ng mantikilya; o margarin, malambotnd
- 1 tasang Asukal
- 2 malalaking Itlog
- ¾ tasa ng Gatas
- ¼ tasa Amaretto
- ¼ tasa ng self-rising na harina
- ⅔ tasa flaked coconut

MGA TAGUBILIN:
a) Talunin ang mantikilya at asukal sa med. bilis ng isang electric mixer hanggang sa magaan at malambot. Magdagdag ng mga itlog; matalo ng maayos.
b) Magdagdag ng gatas, amaretto, at harina, matalo nang mabuti.
c) Haluin ang niyog. Ibuhos ang timpla sa isang bahagyang greased na 9" na pieplate.

d) Maghurno sa 350~ para sa 35 min. o hanggang itakda. Palamig nang lubusan sa isang wire rack.

84.   Amish custard pie

Gumagawa ng : 1 servings

MGA INGREDIENTS:
- ⅓ tasa Asukal
- 2 kutsarita harina
- ½ kutsarita asin
- 3 Mga itlog
- 3 tasa Gatas
- ¼ kutsarita Nutmeg
- 1 9 pulgadang hindi pa nilutong pie shell

MGA TAGUBILIN:
a) Pagsamahin ang asukal, harina, asin at itlog at ihalo hanggang makinis. Init ang gatas hanggang kumukulo.
b) Magdagdag ng 1 tasa ng mainit na gatas sa pinaghalong itlog. Ibuhos iyon sa natitirang mainit na gatas.
c) Ibuhos sa hindi pa nilulutong pie shell. Budburan ng nutmeg sa ibabaw. Maghurno sa 350 degrees F. sa loob ng 45-60 minuto.

WHOOPIE PIES

85. Tiramisu Whoopie Pie

Gumagawa: 6 na servings

MGA INGREDIENTS:
COOKIES:
● 2 tasang almond flour
● 3 kutsarang unflavored whey protein
● ½ tasa Monk Fruit Granular Sweetener
● 2 kutsarita ng baking powder
● ½ kutsarita ng baking soda
● ½ kutsarita ng asin
● ½ tasa ng mantikilya na gupitin sa maliliit na cubes
● ½ tasang low carb sugar substitute o ½ tasa ng paborito mong low-carb sweetener
● 2 malalaking itlog
● 1 kutsarita vanilla extract
● ½ tasang full-fat sour cream
● cocoa powder para sa pag-aalis ng alikabok

PAGPUPUNO:
● ¼ tasa ng malamig na espresso na kape o matapang na kape
● 1 kutsarang dark rum na opsyonal o sub na may alak na gusto mo
● 8-onsa na mascarpone cheese
● 2 kutsarang low-carb sugar substitute
● kurot ng asin
● ½ tasang mabigat na cream
● 2 kutsarita ng vanilla extract
● 2 kutsarita ng dark rum na opsyonal o sub sa alak na gusto mo

MGA TAGUBILIN:
a) Painitin ang oven sa 350 °F. I-spray ang whoopie pie pan ng non-stick spray.
b) Paghaluin ang almond flour, protein powder, brown sugar sweetener, baking powder, baking soda, at asin sa isang mangkok. Itabi.

c) Talunin ang mantikilya at asukal gamit ang isang panghalo sa katamtamang bilis, hanggang sa mag-atas; mga 2 minuto. Magdagdag ng mga itlog at 1 kutsarita ng banilya, talunin hanggang sa maisama. Kuskusin ang mga gilid ng mangkok. Magdagdag ng kulay-gatas, pagkatapos ay tuyo ang timpla.

d) Gamit ang isang maliit na kutsarita, i-scoop ang batter sa bawat whoopie pie mold, punan ang humigit-kumulang ⅔ ng espasyo. Maglagay ng cocoa powder sa isang maliit na salaan at magwiwisik ng kaunting cocoa powder sa ibabaw ng bawat batter scoop.

e) Maghurno hanggang ang mga gilid ay ginintuang, mga 10-12 minuto.

f) Palamigin sa wire rack ng mga 10 minuto pagkatapos ay alisin ang cookies sa kawali at hayaang lumamig.

g) Kapag lumamig na, baligtarin ang cookies sa rack.

h) Paghaluin ang espresso at 3 kutsarang dark rum sa isang maliit na mangkok. Ikalat ang humigit-kumulang ¼ kutsarita ng espresso liquid sa ibabang bahagi ng bawat cookie.

i) Talunin ang mascarpone cheese, low-carb sugar substitute, asin, heavy cream vanilla, at 1 T. dark rum na may mixer hanggang makinis. Kutsara ang ilan sa mascarpone cheese mixtures sa tsokolate na kalahati ng cookies. Ilagay ang kalahati ng cookies sa itaas.

j) Ihain kaagad o ilagay sa refrigerator.

86. <u>Molasses whoopie pie</u>

Gumagawa ng: 1 Servings

MGA INGREDIENTS:
- 2 itlog
- 2 tasang Brown sugar
- 1 tasang Molasses
- 1 tasang margarin
- 1½ tasa ng matamis na gatas
- 4 na kutsarita ng baking soda
- ½ kutsarita ng Luya
- ½ kutsarita ng kanela
- ½ kutsarita cloves
- 5 tasang harina
- 2 puti ng itlog
- 2 kutsarita ng Vanilla
- 4 na kutsarang harina
- 2 kutsarang Gatas
- 1½ tasa ng langis ng gulay
- 1 libra 10 x asukal

MGA TAGUBILIN:
a) Cream shortening, asukal at itlog. Magdagdag ng pulot, gatas at mga tuyong sangkap.
b) Patak ng mga kutsara sa baking pan. Maghurno ng 350 8-10 minuto. Pagpuno: Talunin ang mga puti ng itlog hanggang sa matigas.
c) Magdagdag ng vanilla, harina at gatas. Talunin ng mabuti at magdagdag ng shortening at asukal.
d) Kapag lumamig ang cookie, kumalat ang pagpuno sa dalawa at pinagsama.

87. Oatmeal whoopie pie

Gumagawa ng: 1 Servings

MGA INGREDIENTS:
- 2 tasang Brown sugar
- ¾ tasa Shortening
- 2 itlog
- ½ kutsarita ng Asin
- 1 kutsarita ng kanela
- 1 kutsarita ng baking powder
- 1 kutsarita ng baking soda
- 3 kutsarang tubig na kumukulo
- 2½ tasa ng harina
- 2 tasang oatmeal
- 2 puti ng itlog, pinalo
- 2 kutsarita ng Vanilla
- 4 na kutsarang harina
- 2 kutsarang 10X asukal
- 4 na kutsarang Gatas
- 1½ tasa Crisco solid shortening
- 4 tasa 10X asukal

MGA TAGUBILIN:
a) Cream brown sugar at shortening. Magdagdag ng mga itlog at talunin. Magdagdag ng asin, kanela, at baking powder. I-dissolve ang baking soda sa kumukulong tubig at idagdag sa timpla. Magdagdag ng harina at oatmeal. Kutsara sa greased cookie sheet at maghurno ng 8 hanggang 10 minuto sa 350 degrees. Ganap na cool.
b) Punan, gamit ang pagpuno sa ibaba. Gumawa ng sandwich cookies. Talunin ang mga puti ng itlog, magdagdag ng vanilla, 4 na kutsarang harina, 2 kutsarang 10X asukal at gatas.
c) Magdagdag ng shortening at talunin ng mabuti. Magdagdag ng 4 tasa 10X asukal at talunin muli.
d) Gumawa ng mga sandwich.

POT-PIES

88. <u>Mushroom at veal pot pie</u>

Gumagawa: 4 Servings

MGA INGREDIENTS:
- 1 libra Nilagang karne ng baka
- 3 kutsarang All-purpose na harina
- ¼ kutsarita ng Asin
- ½ kutsarita ng Paminta
- 1 kutsarang langis ng gulay
- 1 sibuyas, tinadtad
- 1 sibuyas ng bawang, tinadtad
- 2 karot, tinadtad
- 3 tasang mushroom, hiniwa
- ½ kutsarita ng pinatuyong sambong
- 2 tasang baka ng baka
- 2 kutsarang Dry vermouth [optl]
- 1 kutsarang Tomato paste
- 1 kutsarita ng Worcestershire sauce
- 1 tasa ng frozen na mga gisantes
- 1¼ tasang All-purpose na harina
- 1 kutsarang sariwang perehil, tinadtad
- 2 kutsarita ng baking powder
- ¾ kutsarita ng baking soda
- kakarampot na asin
- pakurot ng Pepper
- 3 kutsarang Mantikilya, malamig
- ¾ tasa Plain low-fat yogurt

MGA TAGUBILIN:
a) Gupitin ang karne ng baka; gupitin sa kagat-laki ng mga piraso. Sa plastic bag, pagsamahin ang harina na may asin at kalahati ng paminta. Ihagis ang karne ng baka sa pinaghalong harina, sa mga batch kung kinakailangan.
b) Sa malaki, malalim na nonstick skillet, init ang kalahati ng mantika sa medium-high heat; kayumanggi karne sa mga batch,

pagdaragdag ng natitirang langis kung kinakailangan. Ilipat sa plato; itabi.

c) Haluin ang sibuyas, bawang, karot, mushroom, sambong at 1 tb na tubig sa kawali; lutuin, hinahalo, para sa mga 7 minuto o hanggang ang ginintuang at kahalumigmigan ay sumingaw.

d) Haluin ang ⅔ tasa ng tubig, stock, vermouth, tomato paste, Worcestershire, natitirang paminta at nakareserbang karne. dalhin sa pigsa; bawasan ang init at kumulo, natatakpan, paminsan-minsang pagpapakilos, sa loob ng 1 oras.

e) Alisan ng takip; lutuin ng mga 15 minuto o hanggang lumambot ang karne at lumapot ang sauce. Gumalaw sa mga gisantes; Hayaang lumamig. Ibuhos sa 8-inch square baking dish.

f) Banayad na Biscuit Topping: Sa malaking mangkok, paghaluin ang harina, perehil, baking powder, baking soda, asin at paminta; gupitin sa mantikilya hanggang ang timpla ay maging katulad ng mga magaspang na mumo. Magdagdag ng yogurt nang sabay-sabay; haluin gamit ang tinidor para maging malambot, medyo malagkit na masa.

g) Sa ibabaw na may bahagyang floured, dahan-dahang masahin ang kuwarta 8 beses o hanggang makinis.

h) Dahan-dahang i-pat out ang kuwarta sa 8-inch square. Gupitin sa 16 pantay na parisukat. Ilagay sa ibabaw ng veal mixture sa 4 na hanay.

i) Maghurno sa 450F 230C oven sa loob ng 25-30 minuto o hanggang sa bubbly, ang crust ay ginintuang at ang mga biskwit ay niluto sa ilalim kapag dahan-dahang itinaas.

j) Ihain kasama ng ginisang zucchini.

89. Cheddar chicken pot pie

Gumagawa: 6 Servings

MGA INGREDIENTS:
CRUST
- 1 tasa Low-fat baking mix
- ¼ tasa ng Tubig

PAGPUPUNO
- 1½ tasang sabaw ng manok
- 2 tasang patatas, binalatan at
- Cubed
- 1 tasa ng karot, hiniwa
- ½ tasa ng kintsay, hiniwa
- ½ tasa sibuyas, tinadtad
- ½ tasa Bell peppers, tinadtad
- ¼ tasa ng hindi pinaputi na harina
- 1½ tasa ng skim milk
- 2 tasa na walang taba na cheddar cheese --Ggadgad
- 4 na tasang Manok, walang balat na magaan na karne
- Niluto at nilagyan ng cube
- ¼ kutsarita ng panimpla ng manok

MGA TAGUBILIN:

a) Painitin muna ang hurno sa 425. Upang maghanda ng crust, pagsamahin ang 1 tasa ng baking mix at tubig hanggang sa mabuo ang malambot na masa; matalo ng malakas. Dahan-dahang makinis ang kuwarta sa isang bola sa ibabaw ng floured. Masahin ng 5 beses. Sundin ang mga direksyon nang naaayon para sa crust. Upang maghanda ng pagpuno, init ang sabaw sa isang kasirola.

b) Magdagdag ng patatas, karot, kintsay, sibuyas, at kampanilya. Pakuluan ng 15 minuto o hanggang malambot ang lahat. Haluin ang harina na may gatas. Haluin sa pinaghalong sabaw. Lutuin at haluin sa katamtamang apoy hanggang sa bahagyang lumapot. Haluin ang keso, manok, at pampalasa ng manok. Painitin hanggang matunaw ang keso. Kutsara sa isang 2-quart casserole dish. Ilagay ang crust sa ibabaw ng pagpuno sa kaserol. I-seal ang mga gilid. Gumawa ng mga hiwa sa crust para sa singaw.

c)   Maghurno, para sa 40 minuto o hanggang sa ginintuang kayumanggi.

90. Farmhouse pork pot pie

Gumagawa: 6 Servings

MGA INGREDIENTS:
- 2 Mga sibuyas, malaki, tinadtad
- 2 karot, malaki, hiniwa
- 1 ulo ng repolyo, maliit, tinadtad
- 3 tasang Baboy, niluto, tinadtad
- Asin sa panlasa
- 1 Pastry para sa 9 pulgadang pie
- ¼ tasa mantikilya o margarin
- 2 Patatas, malaki, tinadtad
- 1 lata na sabaw ng manok(14oz)
- 1 kutsarang Angostura aromatic bitters
- Puting paminta sa panlasa
- 2 kutsarita ng Caraway seeds

MGA TAGUBILIN:
a) 1. Igisa ang mga sibuyas sa mantikilya hanggang sa ginintuang. 2. Magdagdag ng mga karot, patatas, repolyo, sabaw, baboy at mapait; takpan at lutuin hanggang lumambot ang repolyo, mga 30 minuto.

b) 3. Timplahan ng asin at puting paminta ayon sa panlasa. 4. Maghanda ng pastry, pagdaragdag ng mga buto ng caraway. 5. Igulong ang pastry sa lightly floured board hanggang ⅛-inch ang kapal; gupitin ang anim na 6-pulgadang bilog sa itaas na anim na 5-pulgadang pie pan. 6. Hatiin ang pagpuno nang pantay sa mga kawali ng pie; itaas na may mga crust, na nagpapahintulot sa pastry na magsabit ng ½ pulgada sa mga gilid ng kawali. 7. Gupitin ang isang krus sa gitna ng bawat pie; hilahin pabalik ang mga pastry point upang buksan ang mga tuktok ng pie.

c) Maghurno sa preheated 400'F. oven sa loob ng 30 hanggang 35 minuto, o hanggang ang crust ay kayumanggi at ang laman ay bubbly.

91. Lobster pot pie

Gumagawa: 6 na servings

MGA INGREDIENTS:

- 6 na kutsarang Mantikilya
- 1 tasang tinadtad na sibuyas
- ½ tasa tinadtad na kintsay
- asin; sa panlasa
- sariwang giniling na puting paminta; sa panlasa
- 6 na kutsarang harina
- 3 tasang Seafood o stock ng manok
- 1 tasang Gatas
- 2 tasa Diced patatas; blanched
- 1 tasa diced carrots; blanched
- 1 tasang matamis na gisantes
- 1 tasang diced baked ham
- 1 libra ng lobster meat; niluto, diced
- ½ tasa ng Tubig -; (hanggang 1 tasa)
- ½ Recipe Basic Savory Pie Crust
- Inilabas sa laki ng kawali

MGA TAGUBILIN:

a) Painitin ang oven sa 375 degrees. Pahiran ng grasa ang isang hugis-parihaba na glass baking dish. Sa isang malaking kawali, matunaw ang mantikilya. Idagdag ang mga sibuyas at kintsay at igisa ng 2 minuto.

b) Timplahan ng asin at paminta. Haluin ang harina at lutuin ng mga 3 hanggang 4 na minuto para sa isang blond roux.

c) Haluin ang stock at pakuluan ang likido. Bawasan sa kumulo at magpatuloy sa pagluluto ng 8 hanggang 10 minuto, o hanggang sa magsimulang lumapot ang sarsa. Haluin ang gatas at ipagpatuloy ang pagluluto sa loob ng 4 na minuto.

d) Timplahan ng asin at paminta. Alisin mula sa init. Haluin ang patatas, carrots, peas, ham at lobster. Timplahan ng asin at paminta. Paghaluin ang pagpuno nang lubusan. Kung masyadong makapal ang palaman, magdagdag ng kaunting tubig upang mapahina ang laman.

e) Ibuhos ang pagpuno sa inihandang kawali. Ilagay ang crust sa ibabaw ng pagpuno.

f) Maingat na ilagay ang magkakapatong na crust sa kawali, na bumubuo ng isang makapal na gilid. I-crimp ang mga gilid ng kawali at ilagay sa isang baking sheet.

g) Gamit ang isang matalim na kutsilyo at gumawa ng ilang hiwa sa tuktok ng crust. Ilagay ang ulam sa oven at maghurno ng mga 25 hanggang 30 minuto o hanggang sa maging golden brown at malutong ang crust.

h) Alisin sa oven at palamig ng 5 minuto bago ihain.

92. <u>Steak pot pie</u>

Gumagawa: 4 Servings

MGA INGREDIENTS:
- 1 tasang tinadtad na sibuyas
- 2 kutsarang Margarin
- 3 kutsarang All-purpose na harina
- 1½ tasa ng sabaw ng baka
- ½ tasa A 1 Orihinal o A.1 Bold & Spicy Steak Sauce
- 3 tasa Cubed na nilutong steak (mga
- 1 1/2 pounds)
- 1 16 oz. pkg. frozen broccoli, cauliflower at carrot mixture
- Maghanda ng pastry para sa 1 crust pie
- 1 Itlog, pinalo

MGA TAGUBILIN:
a) Sa 2 quart saucepan, sa medium-high heat, lutuin ang sibuyas sa margarine hanggang malambot.
b) Haluin sa harina; magluto ng 1 minuto pa. Magdagdag ng sabaw at sarsa ng steak; lutuin at haluin hanggang lumapot ang timpla at magsimulang kumulo. Haluin ang steak at mga gulay. Ibuhos ang halo sa 8 pulgadang square glass baking dish.
c) Igulong at gupitin ang pastry crust para magkasya sa ulam. I-seal ang crust sa gilid ng pinggan; magsipilyo ng itlog. Hatiin ang tuktok ng crust upang maibulalas.
d) Maghurno sa 400øF 25 minuto o hanggang maging golden brown ang crust.
e) Ihain kaagad. Palamutihan ayon sa ninanais.

93. Asian chicken pot pie

Gumagawa ng: 1 Servings

MGA INGREDIENTS:
- 4 6-Once na walang buto at walang balat na dibdib ng manok
- ½ kutsarita ng Chinese black vinegar
- 1 Head broccoli
- ½ libra Mga kastanyas ng tubig
- 1 malaking karot
- 1 tangkay ng kintsay
- 1 maliit na Bokchoy
- 2 kutsarang langis ng oliba
- 2 kutsarang Cornstarch
- ½ kutsarita Chinese 5 spice
- Asin at paminta para lumasa
- 3 sibuyas ng bawang, tinadtad
- 2 kutsarang tinadtad na sibuyas
- 1 kutsarita tinadtad na luya
- 1 tasang sabaw ng manok
- 8 Sheets phyllo dough
- 2 kutsara Natunaw na mantikilya
- 1 kutsarang tinadtad na chives na chives
- 4 na malalaking sanga ng Rosemary

MGA TAGUBILIN:

a) Gupitin ang manok sa 2-pulgada na piraso. Gupitin ang lahat ng mga gulay sa 2-pulgada na piraso at blanch. Sa isang malaking kawali sa mataas na apoy, igisa ang mga piraso ng manok na may suka. Idagdag sa cornstarch. Timplahan ng 5 spice powder, asin at paminta. Magdagdag ng bawang, sibuyas at luya. Haluin ng 5 hanggang 6 na minuto. Magdagdag ng stock ng manok at gulay. Magluto ng 8 hanggang 10 minuto. Suriin ang pampalasa.

b) Chill. I-layer ang apat na ½-inch na sheet ng phyllo dough, lagyan ng mantikilya sa pagitan ng mga sheet at ilagay sa isang apat na pulgadang pie tin. Ulitin ang proseso para sa apat na kawali. Hatiin nang pantay ang pinaghalong manok sa bawat kawali. Magdagdag ng chives. Tiklupin ang mga sulok sa gitna. Maghurno sa 400 degree oven sa loob ng 12 minuto.

c) Ilipat kaagad sa serving plates at palamutihan ng rosemary sprigs.

MINCE PIES

94.   Baileys mince pie

Gumagawa: 9-12 pie

MGA INGREDIENTS:
- 200g plain flour, dagdag pa para sa pag-aalis ng alikabok
- 100g mantikilya, pinalamig at gupitin sa mga cube
- 1 kutsarita ng caster sugar
- 1 medium free-range na itlog, bahagyang pinalo
- 1 kutsara Baileys Original
- 250g magandang kalidad ng mincemeat
- 2 kutsarang gatas para sa pagsisipilyo

PARA SA BAILEYS BUTTER
- 75g mantikilya, pinalambot
- 75g icing sugar, dagdag pa para sa pag-aalis ng alikabok
- 2 kutsara Baileys Original

MGA TAGUBILIN:
a) Ilagay ang harina sa isang malaking mixing bowl at idagdag ang chilled butter cubes. Kuskusin ang mantikilya sa harina gamit ang iyong mga daliri hanggang ang timpla ay kahawig ng mga mumo ng tinapay. Haluin ang asukal, pagkatapos ay idagdag ang itlog at mabilis na pagsamahin ang timpla upang bumuo ng malambot na masa. Kung tila tuyo, magdagdag ng isang splash ng malamig na tubig. I-wrap ang pastry sa cling film at palamigin ng 30 minuto..

b) Painitin ang hurno sa 180°C fan/gas 6. Ihalo ang Baileys sa mincemeat at itabi ito.

c) Sa ibabaw ng bahagyang floured, igulong ang pastry at gupitin ang 9-12 bilog na sapat ang laki upang ihanay ang mga butas ng iyong lata. Pindutin ang mga ito nang marahan sa loob ng mga butas gamit ang isang maliit na bola ng ekstrang pastry. Gupitin ang 9-12 mas maliliit na bilog, bituin o maligaya na mga hugis para sa mga takip mula sa natitirang pastry.

d) Ilagay ang tungkol sa isang kutsarang puno ng mincemeat sa bawat pie. Pahiran ng kaunting gatas ang mga gilid sa ilalim ng bawat takip at ilagay ang mga takip sa mga pie. Pindutin ang mga gilid ng pastry nang magkasama upang mai-seal ang mga ito. I-brush ang tuktok ng bawat pie ng kaunti pang gatas, pagkatapos ay gumamit ng maliit na matalim na kutsilyo upang gupitin ang X sa tuktok ng bawat isa sa mga selyadong mince pie upang payagan ang anumang singaw na lumabas.

e) Maghurno ng mince pie sa oven sa loob ng 15-20 minuto hanggang sa ginintuang. Iwanan ang mga ito upang palamig sa lata sa loob ng 5 minuto bago maingat na alisin ang mga ito sa wire rack upang ganap na lumamig.

f) Para sa Baileys butter, talunin ang 75g butter hanggang malambot at makinis, idagdag ang icing sugar at Baileys at talunin muli. Alisan ng alikabok ang mince pie ng icing sugar at ihain kasama ang creamy Baileys butter.

95. Apple-mince pie

Gumagawa: 1 servings

MGA INGREDIENTS:
- 1 9 Inch Pie Shell, hindi naluto
- ¼ tasang All-Purpose Flour
- ⅓ tasa ng Asukal
- ⅛ kutsarita ng Asin
- 1 kutsarang Margarine O Mantikilya
- ¼ tasa ng Tubig
- 2 kutsarang Red Cinnamon Candies
- 2 Jars (9 Oz) Mincemeat, Inihanda
- 3 mansanas, Tart

MGA TAGUBILIN:
a) Maghanda ng pie shell. Painitin ang hurno sa 425 F. Iwiwisik ang 2 Tbs ng harina sa pastry-lined pie plate. Paghaluin ang natitirang harina, asukal, asin at margarin hanggang sa gumuho. Init ang tubig at mga candies ng kanela, haluin hanggang matunaw ang mga kendi. Ikalat ang mincemeat sa pastry.
b) Pare mansanas at gupitin sa ikaapat na bahagi; gupitin sa mga wedges, ½ pulgada ang kapal sa panlabas na bahagi. Takpan ang mincemeat na may 2 bilog na magkakapatong na mga wedge ng mansanas; budburan ng pinaghalong asukal. Kutsara ang cinnamon syrup sa ibabaw, magbasa-basa ng mas maraming pinaghalong asukal hangga't maaari.
c) Takpan ang gilid ng 2- hanggang 3-pulgadang strip ng aluminum foil upang maiwasan ang labis na pag-browning; alisin ang foil sa huling 15 minuto ng pagluluto. Maghurno hanggang sa maging golden brown ang crust, 40 hanggang 50 mins.

96. <u>Apple streusel mince pie</u>

Gumagawa: 1 pie

MGA INGREDIENTS:
- 1 hindi lutong pastry shell; 9-pulgada
- 3 mansanas; hiniwa, hiniwa ng manipis
- ½ tasa ng harina; hindi tinatagan
- 3 kutsarang harina; hindi tinatagan
- 2 kutsarang margarin; o mantikilya, natunaw
- 1 Jar Wala Ang Ganyang Mincemeat Handa nang gamitin
- ¼ tasa brown sugar; mahigpit na nakaimpake
- 1 kutsarita Ground cinnamon
- ⅓ tasa ng margarin; o mantikilya, malamig
- ¼ tasa ng mani; tinadtad

MGA TAGUBILIN:
a) Sa malaking mangkok, ihagis ang mga mansanas na may 3 Kutsarang harina at tinunaw na margarin; ayusin sa pastry shell. Itaas na may mincemeat. Sa medium bowl, pagsamahin ang natitirang ½ tasa ng harina, asukal, at kanela; hiwain sa malamig na margarine hanggang gumuho. Magdagdag ng mga mani; iwisik ang mincemeat.
b) Maghurno sa lower half ng 425 oven 10 minuto. Bawasan ang temperatura ng oven sa 375; maghurno ng 25 minuto o hanggang ginintuang. Malamig.

97. Cranberry mince pie

Gumagawa: 6 na servings

MGA INGREDIENTS:
- ⅔ tasa ng Asukal
- 2 kutsarang Cornstarch
- ⅔ tasa ng Tubig
- 1½ tasa sariwang cranberries, banlawan
- 1 x Pastry para sa 2 crust pie
- 1 bawat garapon handa na para sa paggamit ng mincemeat
- 1 bawat itlog ng itlog na hinaluan ng 2 T. tubig

MGA TAGUBILIN:
a) Sa kasirola, pagsamahin ang asukal at gawgaw; magdagdag ng tubig. Sa mataas na apoy, lutuin at haluin hanggang kumulo. Idagdag ang mga cranberry; bumalik sa pigsa. Bawasan ang init; kumulo 5 hanggang 10 minuto, paminsan-minsang pagpapakilos.
b) Gawing pastry na may linyang 9 o 10" na pie plate ang mincemeat. Ibabaw ng cranberries.
c) Takpan gamit ang vented top crust; seal at flute. I-brush ang pinaghalong itlog sa ibabaw ng crust.
d) Maghurno @ 425 degrees sa ibabang kalahati ng oven 30 minuto o hanggang sa ginintuang kayumanggi. Cool.Decorate with Egg Nog.
e) I-fold sa ½ pint whipping cream, whipped. Chill.

98.   mince pie na pinahiran ng lemon

Gumagawa ng: 1 Servings

MGA INGREDIENTS:
- 1 tasang Pillsbury's Best All Purpose Flour, sinala
- ½ kutsarita ng Asin
- ⅓ tasa Shortening
- 3 kutsarang malamig na tubig
- 9 ounces Pkg dry mincemeat; nagkapira-piraso
- 2 kutsarang Asukal
- 1 tasang Tubig
- 2 kutsarang Funsten's Walnuts; tinadtad
- 2 kutsarang Mantikilya
- ⅔ tasa ng Asukal
- 2 kutsarang harina
- 2 Mga pula ng itlog
- 1 kutsarang Grated lemon rind
- 2 kutsarang Lemon juice
- ¾ tasa ng Gatas
- 2 puti ng itlog

MGA TAGUBILIN:
a) Pagsamahin ang Pillsbury's Best All Purpose Flour at asin sa mixing bowl.
b) Gupitin sa pagpapaikli hanggang ang mga particle ay kasing laki ng maliliit na gisantes. Budburan ng 3 hanggang 4 na kutsarang malamig na tubig ang pinaghalong habang hinahagis at hinahalo nang bahagya gamit ang tinidor.
c) Magdagdag ng tubig sa pinakatuyong mga particle, itulak ang mga bukol sa gilid, hanggang ang masa ay sapat na basa upang magkadikit. Form sa bola.
d) Patag sa ½-pulgadang kapal; makinis na mga gilid. Igulong sa ibabaw ng floured sa isang bilog na 1½ pulgadang mas malaki kaysa sa nakabaligtad na 9-inch na piepan. Magkasya nang maluwag sa piepan.

e) Tiklupin ang gilid upang bumuo ng nakatayong gilid; plauta. Huwag maghurno. Pagpuno ng Mincemeat: Pagsamahin ang tuyong mincemeat (kung gusto, 2 tasang inihandang mincemeat ay maaaring palitan para sa dry mincemeat mixture), asukal at tubig sa maliit na kasirola.

f) Dalhin sa isang lumiligid pigsa; pakuluan ng 1 minuto. Malamig. Gumalaw sa 2 kutsarang tinadtad na mga walnuts. Gawing pastry-lined pan. Ibuhos ang topping sa mincemeat.

g) Maghurno sa moderate oven (350 degrees) 45 hanggang 50 minuto. Malamig. Lemon Topping: Pagsamahin ang mantikilya, asukal at harina; haluing mabuti.

h) Haluin ang mga pula ng itlog. Ihalo ang gadgad na balat ng lemon, lemon juice, at ¾ tasa ng gatas. Talunin ang mga puti ng itlog hanggang sa mabuo ang malambot na mga taluktok; dahan-dahang ihalo sa halo.

99. <u>Orchard mince pie</u>

Gumagawa: 8 Servings

MGA INGREDIENTS:
1 9 pulgadang Pie Crust; hindi nakaluto
2 tasang Katamtamang mansanas; binalatan at pinong tinadtad
1 tasang Inihanda na Mincemeat
¾ tasa Light Cream
¾ tasa Brown Sugar; nakaimpake
¼ kutsarang Asin
½ tasang tinadtad na mani

MGA TAGUBILIN:
a) Sa malaking mixing bowl, pagsamahin ang mansanas, mincemeat, cream, brown sugar at asin. Haluing mabuti.
b) Ibuhos sa isang unbaked pie shell; budburan ng mani.
c) Maghurno sa 375° sa loob ng 40 hanggang 50 minuto hanggang sa maging golden brown ang crust.

100. Sour cream mince pie

Gumagawa: 10 Servings

MGA INGREDIENTS:
- 1 9-in pastry shell; hindi nakaluto
- 1 pack (9 oz) condensed mincemeat; gumuho
- 1 tasang Apple juice o tubig
- 1 katamtamang mansanas; tinadtad, binalatan, tinadtad
- 1 kutsarang harina
- 2 tasang kulay-gatas
- 2 itlog
- 2 kutsarang Asukal
- 1 kutsarita ng Vanilla
- 3 kutsarang mani; tinadtad

MGA TAGUBILIN:
a) Painitin ang hurno sa 425°. Sa maliit na kasirola, pagsamahin ang mincemeat at apple juice.
b) Dalhin sa isang pigsa; pakuluan nang mabilis 1 minuto. Sa daluyan na mangkok, pukawin ang harina sa mga mansanas upang masakop; haluin ang mincemeat. Ibuhos sa pastry shell. Maghurno ng 15 minuto.
c) Samantala, sa maliit na mangkok ng panghalo, pagsamahin ang kulay-gatas, itlog, asukal at banilya; talunin hanggang makinis. Ibuhos nang pantay-pantay sa pinaghalong mincemeat. Budburan ng mga mani. Bumalik sa oven; maghurno ng 8 hanggang 10 minuto pa hanggang sa maitakda. Malamig.
d) Palamigin nang maigi. Palamutihan ayon sa ninanais. Palamigin ang mga natira.

KONGKLUSYON

Palaging magandang ideya ang pie, lalo na sa panahon ng bakasyon! Palaging puno ng maraming seasonal pie ang mga menu ng Thanksgiving at mga panghimagas sa Pasko, tulad ng pumpkin at cranberry-orange. Ngunit may iba pang mga okasyon na karapat-dapat din sa pie. Tulad ng isang summer cookout kung saan gumagawa ang key lime pie at strawberry pie para sa mga nakamamanghang panghimagas sa mainit-init na panahon. At muli, hindi mo kailangan ng dahilan para gumawa ng lutong bahay na pie. Magdikit lang ng pie crust sa freezer at maaari kang gumawa ng alinman sa mga recipe ng pie na ito sa tuwing sasabog ang pananabik! Halimbawa, maaaring gusto mong gumawa ng chocolate pie para sa iyong hapunan sa Linggo. O kaya, ihanda ang mga pecan pie bar para sa iyong potluck.

ISBN 978-1-83531-613-9

90000

9 781835 316139